മോപ്പസാങ്ങിന്റെ പത്ത് കഥകൾ

moppasanginte pathu kadhakal

•

translation
nanu pinarayi

•

first edition
september 2012

•

typesetting
alice

•

published
chintha publishers, thiruvananthapuram

•

•

cover
ambeesh kumar

•

വിതരണം

ദേശാഭിമാനി ബുക്ക് ഹൗസ്

H O തിരുവനന്തപുരം–695 035
www.chinthapublishers.com
chinthapublishers@gmail.com

ബ്രാഞ്ചുകൾ

ഹെഡ്ഡാഫീസ് കുന്നുകുഴി • ഓവർബ്രിഡ്ജ് തിരുവനന്തപുരം • കെ എസ് ആർ ടി സി ബസ് സ്റ്റേഷൻ ആലപ്പുഴ • കെ എസ് ആർ ടി സി ബസ് സ്റ്റേഷൻ എറണാകുളം • മച്ചിങ്ങൽ ലെയ്ൻ തൃശൂർ • ഐ ജി റോഡ് കോഴിക്കോട് • കെ എസ് ആർ ടി സി ബസ് സ്റ്റേഷൻ കോഴിക്കോട് • എൻ ജി ഒ യൂണിയൻ ബിൽഡിങ് കണ്ണൂർ • സെൻട്രൽ ബസ് ടെർമിനൽ കോംപ്ലക്സ് താവക്കര കണ്ണൂർ

CO - 1818 / 3010

മോപ്പസാങ്ങിന്റെ പത്ത് കഥകൾ

പരിഭാഷ:
നാണു പിണറായി

ചിന്ത പബ്ലിഷേഴ്സ്
തിരുവനന്തപുരം-695 035

മോപ്പസാങ് (1850 – 1893)

ഫ്രാൻസിലെ നോർമണ്ടിയിൽ ജനിച്ചു. പതിനൊന്നു വയസ്സ് പ്രായ മായപ്പോൾ അമ്മയും അച്ഛനും വേർപിരിഞ്ഞു. അതിനുശേഷം അമ്മ യുടെ ശക്തമായ നിയന്ത്രണത്തിലാണ് മോപ്പസാങ് വളർന്നത്. അദ്ദേഹം അമ്മയെ ആരാധിച്ചു. അച്ഛനെ വെറുത്തു. ഈ അനുഭവം നിമിത്തം വൈവാഹിക ജീവിതത്തെത്തന്നെ വെറുക്കുകയും അവിവാഹിതനായി കഴിയുകയും ചെയ്തു. 1870 ൽ ഫ്രാങ്കോ- പ്രഷ്യൻ യുദ്ധം പൊട്ടിപ്പുറ പ്പെട്ടപ്പോൾ മോപ്പസാങ് നിയമബിരുദത്തിന് പഠിക്കുകയായിരുന്നു. എങ്കിലും നിയമപഠനം നിർത്തി പട്ടാളത്തിൽ ചേർന്നു. അദ്ദേഹത്തിന്റെ ഏറ്റവും മികച്ച കഥകൾ ഈ യുദ്ധകാലത്തെ അനുഭവങ്ങളാണ്. യുദ്ധം കഴിഞ്ഞതിനുശേഷം ഭാരിച്ച സാമ്പത്തിക ബാധ്യതകൾ നിമിത്തം നേവൽ ഓഫീസിൽ ഒരു ഗുമസ്തനായി ചേർന്നു. 1877 ൽ അദ്ദേഹത്തിന് സിഫി ലിസ് പിടിപെട്ടു. ഒരു മാറാവ്യാധിയായിട്ടാണ് അന്ന് ഈ രോഗം കണ ക്കാക്കിയിരുന്നത്. 1878 ൽ വിദ്യാഭ്യാസമന്ത്രിയുടെ ഓഫീസിൽ ഗുമസ്ത നായി ചേർന്നു. 1880 മുതൽ 1890 വരെയുള്ള പത്തുവർഷങ്ങളിലാണ് കഥകൾ എഴുതിയത്. 1892 ൽ സിഫിലിസ് രോഗത്താൽ വലഞ്ഞ അദ്ദേഹം ആത്മഹത്യക്ക് ശ്രമിച്ചു. പിന്നീട് ഒരു ഭ്രാന്താലയത്തിൽ പ്രവേ ശിക്കപ്പെട്ടു. ആത്മകഥാംശമുള്ള അദ്ദേഹത്തിന്റെ കൃതികളെല്ലാം ജീവി തഗന്ധികളാണ്.

നാണു പിണറായി (1931–2011)

1931 ൽ ജനിച്ചു. ബി എ (ഗണിതശാസ്ത്രം), എം എ (മലയാളം) ബി റ്റി എന്നീ ബിരുദങ്ങൾ കരസ്ഥമാക്കി. കൂടാളി ഹൈസ്കൂളിൽ ഗണി തശാസ്ത്രാധ്യാപകനായി ഔദ്യോഗിക ജീവിതം ആരംഭിച്ചു. പയ്യന്നൂർ, പെരളശ്ശേരി എന്നിവിടങ്ങളിൽ സ്കൂൾ അധ്യാപകനായി സേവനം അനു ഷ്ഠിച്ചിട്ടുണ്ട്.

1968 ൽ ഉപജില്ലാ വിദ്യാഭ്യാസ ഓഫീസറായി പ്രമോഷൻ ലഭിച്ചു.

1986 ൽ പാനൂർ എ ഇ ഒ ആയിരിക്കെ സർവീസിൽനിന്ന് വിരമിച്ചു.

കൃതികൾ: *ബോധനവും അധ്യയനവും, ശ്രീനാരായണഗുരുസ്വാമി കൾ, നമ്മെ നാം തന്നെ ഭരിക്കുന്നു, കുട്ടികളുടെ എ കെ ജി, കണ ക്കിലെ ലീലകൾ.*

ഭാര്യ   :   കെ പി ലീല
                  (റിട്ടയേഡ് ഹൈസ്കൂൾ ഹെഡ്മിസ്ട്രസ്)
മക്കൾ   :   പ്രദീപ് കുമാർ, പ്രമോദ് കുമാർ, പ്രജിത് കുമാർ
മരുമക്കൾ   :   ബിന്ദു, സംന, ശ്രീദേവി.

ഉള്ളടക്കം

1

നെക്ലേസ്

വിധിവൈപരീത്യം എന്ന നിലയിൽ ഗുമസ്തനായ കുടുംബത്തിൽ ജനിക്കേണ്ടി വരുന്ന സൗന്ദര്യവും ശക്തിയുമുള്ള യുവതികളിൽപ്പെട്ട ഒരാളായിരുന്നു അവൾ. സ്ത്രീധനം കൊടുക്കാൻ കഴിവില്ലാത്ത അവൾക്ക് ആശിക്കുവാനോ പ്രസിദ്ധയാകുവാനോ അർഹതയില്ലായിരുന്നു. എങ്കിലും വിദ്യാഭ്യാസബോർഡിലെ ഒരു ചെറിയ ഗുമസ്തനായിരുന്ന ഒരാളെ അവൾ വിവാഹം ചെയ്തു.

ലളിത ജീവിതം നയിക്കുന്ന അവൾക്ക് ജീവിതത്തിൽ സ്വയം ആനന്ദം കണ്ടെത്താൻ കഴിഞ്ഞില്ല. അവളുടെ കൂട്ടത്തിൽപ്പെട്ട മറ്റു യുവതികളെപ്പോലെ അവൾക്കും ജാതിയോ വർഗമോ ഇല്ല. അവളുടെ സൗന്ദര്യം അവൾക്ക് തന്റെ ജന്മസ്ഥലത്തും കുടുംബത്തിലും മാന്യമായ സ്ഥാനം നൽകി. അവളുടെ ജന്മസിദ്ധമായ സൗന്ദര്യവും ആരേയും വശത്താക്കുന്ന ഫലിതവും അവളെ കുലീനയെപ്പോലെയാക്കി. ഈ ഗുണങ്ങൾ അവളെ ജനങ്ങൾക്ക് പ്രിയങ്കരിയും വലിയ കുടുംബങ്ങളിലെ സ്ത്രീകളെപ്പോലെയും ആക്കി. എല്ലാ ആഡംബരങ്ങളും സൗഭാഗ്യങ്ങളും തനിക്കും വേണമെന്ന് അവൾ ആഗ്രഹിച്ചു. അവളുടെ വാസസ്ഥലത്തിന്റെ ദരിദ്രമായ അവസ്ഥ അവളെ വേദനിപ്പിച്ചു. ഇത്തരം കാര്യത്തിൽ മറ്റു സ്ത്രീകൾ ശ്രദ്ധിക്കുകയില്ലെങ്കിലും അവയൊക്കെ അവളെ അലട്ടുകയും വിഷമിപ്പിക്കുകയും ചെയ്തു. ഈ തരംതാണ ചെറിയ വാസസ്ഥലത്തിന്റെ ഉടമയെ കണ്ടപ്പോൾ അവളിൽ ദുഃഖസ്മരണകളും നശിച്ച സ്വപ്നങ്ങളുമുണ്ടാക്കി.

തൊങ്ങലുകളോടുകൂടിയ ഇറക്കം കുറഞ്ഞ ട്രൗസറുകൾ ധരിച്ചും ചാരുകസേരകളിൽ കിടന്ന്, മുറി ചൂടാക്കുന്ന ഉപകരണങ്ങളിൽ നിന്ന് കിട്ടുന്ന വായുവേറ്റ് ഉറങ്ങുന്ന പരിചാരികമാരോട് കൂടിയ മുഖമണ്ഡപ

ങ്ങളുള്ള വലിയ വീടുകളെപ്പറ്റി അവൾ ഓർത്തു. സിൽക്കുതുണികൾ തൂങ്ങുന്ന വിലമതിക്കാനാവാത്ത കൗതുകവസ്തുക്കളും ഗംഭീരമായ ഫർണീച്ചറുകളും സ്വീകരണമുറികളും അവൾ മനസിൽ കണ്ടു. സൗരഭ്യം പരത്തുന്നതും അകന്ന ബന്ധുക്കളുമൊത്ത് അഞ്ചുമണിക്ക് സൊള്ളു ന്നതുമായ മുറികളെക്കുറിച്ചും അവൾ ഓർത്തു.

അവൾ ഉച്ചഭക്ഷണത്തിനുവേണ്ടി വട്ടമേശയുടെ മുന്നിൽ ഇരുന്നു. മേശവിരി മാറ്റിയിട്ട് മൂന്നുദിവസം കഴിഞ്ഞു. അവളുടെ ഭർത്താവ് ജല കത്തിന്റെ കർട്ടൻ മാറ്റിയപ്പോൾ ഹൃദ്യമായ വായു മുറിയിൽ കടന്നുവ ന്നു. അയാൾ പറഞ്ഞു. "ഓ ഭക്ഷണപാത്രം എത്ര നന്നായിരിക്കുന്നു. ഇതിനേക്കാളും നല്ലതുണ്ടോയെന്ന് എനിക്കറിയില്ല." അവൾ ആലോചി ച്ചത് ആഡംബരപൂർണമായ, വെള്ളിയിൽ ഉണ്ടാക്കിയ ഭക്ഷണം കഴി ക്കുന്ന പാത്രങ്ങൾ, മുറിയിലെ ചുമരുകളിൽ കാണുന്ന പുരാതനമായ വനങ്ങളിലെ ദുർലഭമായ പക്ഷികൾ, അത്ഭുതകരമായ പാത്രങ്ങളിൽ വിളമ്പുന്ന ഹൃദ്യമായ ഭക്ഷണം, റോസ് നിറത്തിലുള്ള മാംസം കഴിക്കു മ്പോൾ മുഖത്തു കാണുന്ന ഫിൻക്സിനെമാതിരിയുള്ള പുഞ്ചിരി എന്നി വയെക്കുറിച്ചെല്ലാം ആയിരുന്നു.

അവൾക്ക് മേലുടുപ്പുകളോ നല്ല ആഭരണങ്ങളോ ഇല്ല. അത്തരം വസ്തുക്കളോട് അവൾക്ക് നല്ല ഇഷ്ടമായിരുന്നു. അവയ്ക്കുവേണ്ടിയാണ് താൻ ജനിച്ചതു തന്നെ, മാത്രമല്ല, മറ്റുള്ളവരോട് നല്ല നിലയിൽ പെരുമാ റുവാനുള്ള സാമർഥ്യവും മര്യാദയും അവൾക്കുണ്ട്.

അവൾക്ക് ധനികയായ ഒരു സുഹൃത്തുണ്ടായിരുന്നു. കോൺവെന്റിൽ തന്റെകൂടെ പഠിച്ചവളായിരുന്നു അത്. അവൾക്ക് സ്നേഹിതയെ ചെന്നു കാണാൻ താൽപ്പര്യമുണ്ടായിരുന്നില്ല. കാരണം, സന്ദർശിച്ചു മടങ്ങിയാൽ അവൾക്ക് വിഷമമായിരുന്നു.

ഒരു ദിവസം അവളുടെ ഭർത്താവ് വന്നത്, ഒരു വലിയ കവർ കൈയിൽ പിടിച്ച് സന്തോഷാധിക്യത്തോടെയായിരുന്നു.

"ഇതാ, നിനക്ക് കാര്യമായ ഒരു സംഗതി"

അവൾ വേഗം കവർ പൊട്ടിച്ച് അച്ചടിച്ച ഒരു കാർഡ് പുറത്തെടു ത്തു. അതിലുണ്ടായിരുന്നത് ഈ വാക്കുകളായിരുന്നു.

'പൊതുവിദ്യാഭ്യാസ മന്ത്രിയും മാഡം, ജോർജ് റാംപൊന്നുയിയും, മിസ്റ്റർ ആൻഡ് മാഡം ലൂയിസൽസിനെ ജനുവരി 18-ാം തീയതി വൈകു ന്നേരം പാർട്ടിക്ക് മന്ത്രിയുടെ വസതിയിലേക്ക് ക്ഷണിക്കുന്നു.'

ഭർത്താവിന്റെ പ്രതീക്ഷയ്ക്ക് വിരുദ്ധമായി, യാതൊരുവിധ സന്തോ ഷവും അവളിൽ ഉണ്ടായില്ല. അവൾ പകയോടെ ആ ക്ഷണപ്പത്രം മേശ പ്പുറത്തേക്ക് വലിച്ചെറിഞ്ഞുകൊണ്ട് പറഞ്ഞു. "ആ ക്ഷണംകൊണ്ട് ഞാൻ എന്ത് ചെയ്യണമെന്നാണ് നിങ്ങൾ വിചാരിക്കുന്നത്."

"പ്രിയപ്പെട്ടവളെ, ഞാൻ കരുതിയത് ഈ ക്ഷണപ്പത്രം നിന്നെ സന്തോഷിപ്പിക്കുമെന്നാണ്- ഇതാ, നിനക്കൊരു അവസരം വളരെ നല്ല ത്. ഏതൊരാളും ആഗ്രഹിക്കുമെങ്കിലും അധികം പേർക്കൊന്നും കിട്ടു

കയില്ല. തെരഞ്ഞെടുക്കപ്പെടുന്ന കുറച്ചു പേർക്കു മാത്രം. നിനക്ക് വലിയ ഉദ്യോഗവൃന്ദത്തെത്തന്നെ അവിടെക്കാണാം.”

ക്രോധം കലർന്ന കണ്ണുകളോടെ അവൾ അയാളെ നോക്കി.

“അത്തരം സന്ദർഭത്തിൽ ഞാൻ എന്ത് ധരിക്കണമെന്നാണ് നിങ്ങൾ വിചാരിക്കുന്നത്?”

“അതിനെപ്പറ്റി ഞാൻ ആലോചിച്ചിട്ടില്ല.” അയാൾ പിറുപിറുത്തു.

“എന്താ, നീ തിയറ്ററുകളിൽ പോകുമ്പോൾ ധരിക്കാറുള്ള ഉടുപ്പു കൾ ഇല്ലേ? അത് വളരെ സുന്ദരമാണെന്ന് എനിക്ക് തോന്നിയിരുന്നു.”

അത് കേട്ടപ്പോൾ അവളുടെ കണ്ണിൽ നിന്നും രണ്ടു തുള്ളി കണ്ണു നീർ അടർന്നുവീണു.

“എന്താണ് കാര്യം? എന്താണ് കാര്യം?” അയാൾ ചോദിച്ചു. ദുഃഖം അടക്കിവെച്ച്, ശാന്തമായ സ്വരത്തിൽ, നനഞ്ഞ കവിളുകൾ തുടച്ചുകൊണ്ട് അവൾ പറഞ്ഞു.

“ഒന്നുമില്ല എനിക്ക് പറ്റിയ ഉടുപ്പില്ല. അതുകൊണ്ട് ആ ചടങ്ങിന് പോവാൻ കഴിയില്ല. ആ ക്ഷണപ്പത്രം അതിന് അനുയോജ്യയായ ഏതെ ങ്കിലും ഭാര്യയുള്ള കൂട്ടുകാരന് നൽകുക.”

അയാൾ ദുഃഖിതനായി പറഞ്ഞു. “ഇത്തരം സന്ദർഭങ്ങളിൽ ധരി ക്കുവാൻ പറ്റിയ ഒരു ലഘുവസ്ത്രത്തിന് എന്ത് വേണ്ടിവരുമെന്ന് നമുക്ക് നോക്കാം മറ്റിൽഡാ.”

അവൾ കുറച്ചുനേരം ചിന്താധീനയായി. പുതിയ ഉടുപ്പിന് വേണ്ടി വരുന്ന സംഖ്യ ഏകദേശം എത്ര വരുമെന്ന് കണക്കുകൂട്ടി. ഒരു സാധാ രണ ഗുമസ്തൻ കേൾക്കുന്ന മാത്രയിൽ നിഷേധിക്കുന്ന തരത്തിൽ ആ സംഖ്യ ഒതുക്കുകയും വേണം.

അവൾ ശങ്കിച്ചുകൊണ്ട് പറഞ്ഞു; “കൃത്യമായി എനിക്കറിയില്ല. നാനൂറ് ഫ്രാങ്ക് എങ്കിലും വേണ്ടിവരുമെന്നാണ് തോന്നുന്നത്.”

അയാൾ വിളറി. ഗ്രീഷ്മകാലത്ത് നന്റേരിയിലെ സമതലങ്ങളിൽ പോയി സുഹൃത്തുക്കളോടൊപ്പം പോയി ഗ്രീഷ്മകാലത്ത് വരുന്ന വാന മ്പാടി പക്ഷികളെ വെടിവെയ്ക്കാൻ വേണ്ടി ഒരു തോക്ക് വാങ്ങാൻ അത്രയും സംഖ്യ അയാൾ സമ്പാദിച്ചു വച്ചിരുന്നു.

“വളരെ നല്ലത്. ഞാൻ നിനക്ക് നാനൂറ് ഫ്രാങ്ക് തരാം. ഒരു നല്ല വസ്ത്രം വാങ്ങിച്ചുകൊള്ളുക.”

നൃത്തവിരുന്നിന്റെ ദിവസം സമാഗതമായി. മാഡം ലോയ്സെൽ ദുഃഖി തയും മാനസിക വിഷമം അനുഭവിക്കുന്നവളുമായി. എന്താണ് അനുഭ വിക്കുവാൻ പോകുന്നതെന്ന് വേവലാതിയായി. അവൾക്കുവേണ്ടിയുള്ള വസ്ത്രം ഏകദേശം തയാറായിക്കഴിഞ്ഞു. അവളുടെ ഭർത്താവ് ഒരു ദിവസം അവളോട് പറഞ്ഞു.

“എന്താണ് നിന്റെ പ്രശ്നം? കഴിഞ്ഞ രണ്ടുമൂന്നു ദിവസമായി അസാ ധാരണമായ രീതിയിലാണ് നീ പെരുമാറുന്നത്.”

അവൾ പറഞ്ഞു. "ഒരു ആഭരണം ഇല്ലാത്തതുകൊണ്ടാണ് വിഷ മം. അലങ്കരിക്കുവാൻ വൈരക്കല്ലുമില്ല. ഒരു ദരിദ്രരൂപമായാണ് ഞാൻ കാണപ്പെടുക. അതുകൊണ്ട് പാർട്ടിക്ക് പോവാതിരിക്കുന്നതാണ് നല്ലത്."

അയാൾ പറഞ്ഞു. "നിനക്ക് പ്രകൃതിയിലെ പുഷ്പങ്ങൾ അണി യാം. ഈ സീസണിൽ അത് മോഡിയുള്ളതായിരിക്കും. പത്ത് ഫ്രാങ്ക് കൊടുത്താൽ രണ്ടു മൂന്നു മേത്തരം പനിനീർപ്പൂക്കൾ വാങ്ങിക്കാം."

ഇതൊന്നും അവളെ തൃപ്തിപ്പെടുത്തിയില്ല. "ഇല്ല" അവൾ പറഞ്ഞു. "ധനികരായ സ്ത്രീകളുടെ ഇടയിൽ കീറിപ്പറിഞ്ഞ നിലയിൽ നിൽക്കു ന്നതിനേക്കാൾ അപമാനകരമായ മറ്റൊന്നുണ്ടാവില്ല."

അവളുടെ ഭർത്താവ് ഉച്ചത്തിൽ പറഞ്ഞു. "നമ്മൾ എത്ര ബുദ്ധിയി ല്ലാത്തവരാണ്. പോയി നിന്റെ സുഹൃത്ത് മാഡം ഫോറസ്റ്റിയറെക്കണ്ട് അവളുടെ ആഭരണങ്ങൾ വായ്പയായി തരാൻ പറയുക. ഈ പരിപാ ടിക്കുവേണ്ടി മാത്രം. നിനക്ക് അവളുമായി നല്ല പരിചയമുണ്ടല്ലോ." അ വൾക്ക് വളരെ സന്തോഷമായി. അവൾ അതിനെപ്പറ്റി ആലോചിച്ചതേ യില്ല.

അടുത്ത ദിവസം, അവൾ തന്നെ സ്നേഹിതയുടെ വീട്ടിലേക്ക് പോയി, അവളുടെ ദുഃഖകരമായ സ്ഥിതി വിവരിച്ചുകൊടുത്തു. മാഡം ഫോറസ്റ്റിയർ ഗ്ലാസ് വാതിലുള്ള അവളുടെ മുറിയിൽ പോയി, ഒരു വലിയ ആഭരണപ്പെട്ടി എടുത്തുകൊണ്ടുവന്നു. അത് തുറന്നിട്ട് പറഞ്ഞു. "പ്രിയ പ്പെട്ടവളേ നിനക്ക് ഇഷ്ടമുള്ളത് തെരഞ്ഞെടുത്തുകൊള്ളുക."

അവൾ ആദ്യം കണ്ടത് കുറച്ചുവളകളും ഒരു കൂട്ടം മുത്തുകളും ഒരു വെനീഷ്യൻ സ്വർണക്കുരിശും നല്ല കരവിരുതോടെ ഉണ്ടാക്കിയ കുറേ ആഭരണങ്ങളുമാണ്. അവൾ ആഭരണങ്ങൾ അണിഞ്ഞ് കണ്ണാടി യുടെ മുമ്പിൽച്ചെന്നു നോക്കിയെങ്കിലും ഒന്നുംതന്നെ ഇഷ്ടപ്പെട്ടില്ല. അവൾ ചോദിച്ചു. "നിങ്ങളുടെ കൈവശം കൂടുതലൊന്നുമില്ലേ?"

"എന്താ, ഉണ്ട്, നീ തന്നെ നോക്കുക. ഏതാണു നിനക്ക് ഇഷ്ടമാ വുകയെന്ന് എനിക്കറിയില്ലല്ലോ."

പെട്ടെന്ന് ഒരു പെട്ടിയിൽ രത്നക്കല്ല് പതിച്ച സുന്ദരമായ ഒരു നെക്ലേസ് കണ്ടു. അവളുടെ ഹൃദയം അതിയായ ആഗ്രഹത്തോടെ തുടി ച്ചു. അത് എടുത്തപ്പോൾ അവളുടെ കൈ വിറച്ചു. അവൾ ആ ആഭ രണം കഴുത്തിൽ അണിഞ്ഞു. അപ്പോൾ ആനന്ദമൂർച്ഛയിൽ അവൾ തരിച്ചു പോയി. സംശയത്തോടെ മടിച്ച് മടിച്ച് അവൾ ചോദിച്ചു.

"നിങ്ങൾക്ക് ഇത് വായ്പ തരാൻ പറ്റുമോ? ഇതുമാത്രം മതി."

"എന്താ, തീർച്ചയായും തരാം."

അവൾ സ്നേഹിതയെ വികാരാവേശത്തോടെ ആലിംഗനം ചെയ്തു. ആ അമൂല്യവസ്തുവുമായി അവൾ മടങ്ങി.

നൃത്തവിരുന്നിന്റെ ദിവസം, മാഡം ലിയോസൽ ഒരു വൻ വിജയമാ യിരുന്നു. പ്രൗഢവും ഗാംഭീര്യവുമുള്ളവരായ സുന്ദരികളിൽ അവളായി രുന്നു ഏറ്റവും സന്തോഷവതി. എല്ലാ പുരുഷന്മാരും ശ്രദ്ധിക്കുകയും

അവളുടെ പേർ ചോദിക്കുകയും ചെയ്തു. അവൾ പ്രത്യേകം ശ്രദ്ധിക്ക
പ്പെട്ടു. മന്ത്രിസഭയിലെ എല്ലാം അംഗങ്ങളും അവളുടെ കൂടെ നൃത്തം
ചെയ്യുവാൻ ആഗ്രഹിച്ചു. വിദ്യാഭ്യാസമന്ത്രി അവളെ പ്രത്യേകം ശ്രദ്ധിച്ചു.

സന്തോഷത്തിന്റെ മത്തുപിടിച്ച ആവേശത്തോടും വികാരതീവ്രത
യോടും കൂടി അവൾ നൃത്തം ചെയ്തു. അവളുടെ വിജയത്തിന്റെ മാഹാ
ത്മ്യവും സൗന്ദര്യത്തിന്റെ പ്രകടനവും കാണാമായിരുന്നു. അവൾക്ക്
കിട്ടിയ പ്രശംസകൾ അവളിൽ അതിയായ ആഗ്രഹങ്ങൾ ഉണർത്തി.
സ്ത്രീ ഹൃദയത്തിന് ഈ അനുഭവം വിജയമായിരുന്നു.

പുലർച്ചെ നാലുമണിക്കാണ് അവൾ വീട്ടിലേക്ക് മടങ്ങുവാൻ നോക്കി
യത്. അവളുടെ ഭർത്താവ് അർധരാത്രിമുതൽ അവിടെ ചെറിയ ഒരു മുറി
യിൽ പാതി മയക്കവുമായി കിടക്കുകയായിരുന്നു. കൂടെ മൂന്നു മാന്യ
ന്മാരും അവിടെ കിടക്കുന്നുണ്ടായിരുന്നു.

അവരുടെ ഭാര്യമാർ നൃത്തസദസിൽ ആനന്ദിക്കുകയായിരുന്നു.
അയാൾ അവരുടെ വസ്ത്രങ്ങൾ അവരുടെ ചുമലിലേക്ക് എറിഞ്ഞു. വീട്ടി
ലേക്ക് മടങ്ങുമ്പോൾ ധരിച്ചിരുന്ന ലളിതമായ വസ്ത്രങ്ങളായിരുന്നു അവ.
നിത്യവും വീട്ടിൽവച്ച് ഉപയോഗിക്കാറുള്ള ദരിദ്ര വസ്തുക്കൾ   നൃത്ത
സദസിന്റെ അന്തസിന് ചേരുന്നവയായിരുന്നില്ല. അവൾക്കത് തികച്ചും
ബോധ്യപ്പെട്ടു. അവൾ വിലപിടിപ്പുള്ള രോമവസ്ത്രങ്ങൾ മേൽക്കുപ്പായ
മായി ഉപയോഗിച്ചിരുന്ന ധനികരായ സ്ത്രീകളിൽ നിന്ന് അകന്നു മാറാൻ
ധൃതിപ്പെട്ടു.,

ലോയ്സൽ അവളെ തടഞ്ഞുവെച്ചു "നിൽക്കുക" അയാൾ പറഞ്ഞു.
നിനക്ക് തണുപ്പു പിടിക്കും. ഞാൻ പോയി കുതിരവണ്ടി പിടിക്കാം.

പക്ഷേ, അവൾ അതൊന്നും ശ്രദ്ധിച്ചില്ല. അവൾ വേഗത്തിൽ കെട്ടി
ടത്തിന്റെ പടികൾ ഇറങ്ങി. അവർ തെരുവിലെത്തിയപ്പോൾ വണ്ടികളൊ
ന്നും ഉണ്ടായിരുന്നില്ല. അകലെക്കണ്ട വണ്ടിക്കാരനെ വിളിക്കാൻ ശ്രമിച്ചു.

നിരാശരായി വിറച്ചുകൊണ്ട് അവർ സെയിൻ നദിയുടെ അടുത്തേക്ക്
നടന്നു. പകൽ അനുഭവിക്കുന്ന ദാരിദ്ര്യം മറ്റുള്ളവരെ അറിയിക്കാതിരി
ക്കാൻ ഇരുട്ടായാൽ പാരീസിൽ കാണാറുള്ള ദരിദ്രരായ ദമ്പതികളെ
പ്പോലെ അവർ കാണപ്പെട്ടു.

രക്തസാക്ഷി തെരുവുവരെ അവർ അങ്ങനെ നടന്നു. ക്ഷീണിച്ചു
കൊണ്ടാണ് അവർ മുറിയിൽ കിടന്നത്. അവർ അവശരായി കഴിഞ്ഞിരു
ന്നു. അയാൾക്കാണെങ്കിൽ ആഫീസിൽ പത്തുമണിക്ക് എത്തേണ്ടതുണ്ടാ
യിരുന്നു.

അവസാനമായി തന്റെ പ്രതാപം കാണാൻ വേണ്ടി അവൾ കണ്ണാ
ടിയുടെ മുമ്പിൽ നിന്ന് അവൾ മേൽവസ്ത്രങ്ങൾ എടുത്തുമാറ്റി. പെട്ടെന്ന്
അവൾ നിലവിളിച്ചു. അവളുടെ കഴുത്തിൽ നെക്ലേസ് ഉണ്ടായിരുന്നില്ല.

വസ്ത്രങ്ങൾ പകുതി മാത്രമേ അഴിച്ചുമാറ്റിയിരുന്നുള്ളൂ. അവളുടെ
ഭർത്താവ് ചോദിച്ചു "എന്താണ് കാര്യം?"

അവൾ വികാരാവേശത്തോടുകൂടി പറഞ്ഞു. "മാഡം ഫോസിയറുടെ നെക്ലേസ് കാണാനില്ല." അവൾ ആകെ തളർന്നു കഴിഞ്ഞിരുന്നു. ഒടുവിൽ ലോയ്സെൽ വസ്ത്രം ധരിച്ചു. അയാൾ പറഞ്ഞു.

"ഞാൻ പോവുകയാണ്, നമ്മൾ നടന്ന വഴിയിലൂടെയെങ്ങാനും നടന്നുപോയി അവിടെയെങ്ങാനും നോക്കട്ടെ."

അയാൾ പോയി. അവൾ വൈകുന്നേരം, ധരിച്ച ഗൗണുമായി, കിടക്കുവാൻ വേണ്ട ശക്തിയില്ലാതെ, ആഗ്രഹങ്ങളോ ചിന്തകളോ ഒന്നുമില്ലാതെ ചാരുകസേരയിൽ കിടന്നു.

ഏഴുമണിയാവുമ്പോഴേക്കും അവളുടെ ഭർത്താവ് തിരിച്ചെത്തി. അവൾക്ക് നഷ്ടപ്പെട്ടതു കണ്ടെത്തുവാൻ കഴിഞ്ഞില്ല.

അയാൾ പൊലീസിനെ സമീപിച്ചു. കുതിരവണ്ടിയോഫീസിലും പോയി. സാധനം മടക്കിത്തരുന്നവർക്ക് തക്കതായ പ്രതിഫലം കൊടുക്കുന്നതാണെന്ന് പത്രത്തിൽ പരസ്യം ചെയ്തു. പ്രതീക്ഷയോടെ വേണ്ടതെല്ലാം ചെയ്തു.

ഈ ഭയങ്കരമായ നഷ്ടത്തിനു മുന്നിൽ സംഭ്രമത്തോടെ ഒരു ദിവസം മുഴുവൻ കാത്തുനിന്നു.

അയാൾ പറഞ്ഞു. "നെക്ലേസിന്റെ കൊളുത്ത് പൊട്ടിപ്പോയെന്നും അത് നന്നാക്കിയെടുക്കണമെന്നും സ്നേഹിതയോട് പറയുക. അങ്ങനെ നമുക്ക് കുറച്ചുദിവസത്തെ സാവകാശം കിട്ടും." ആഴ്ചയുടെ അവസാനമായപ്പോഴേക്കും അവർക്ക് എല്ലാ ആശയും നശിച്ചു. ലോയ്സലിന് അപ്പോഴേക്കും അഞ്ചു വയസ്സ് കൂടുതലായി കാണപ്പെട്ടു.

"ഈ ആഭരണം മടക്കിക്കൊടുക്കുവാൻ വേണ്ടത് ചെയ്യണം."

അടുത്ത ദിവസം ആഭരണത്തിന്റെ ഒഴിഞ്ഞപെട്ടിയിൽ ഉണ്ടായിരുന്ന വ്യാപാരിയുടെ പേർ നോക്കി. അയാളുടെ അടുത്തുപോയി. അയാൾ രസീറ്റ് പുസ്തകം പരതിനോക്കി.

"മാഡം, ഇത് ഞാനല്ല കൊടുത്തത്." അവൾ ആഭരണവ്യാപാരികളെ ഓരോരുത്തരെ സമീപിച്ചു. മനോവിഷമമുണ്ടാക്കുന്ന ആ അശുഭ വസ്തുവെക്കുറിച്ചുള്ള ഓർമയുമായി കച്ചവടക്കാരെ സമീപിച്ചുകൊണ്ടേയിരുന്നു.

പാലേറോയിലെ ഒരു ഷാപ്പിൽ അവർക്ക് നഷ്ടപ്പെട്ടുപോയ അതേ മാതിരി ഒരു നെക്ലേസ് അവർ കണ്ടെത്തി. അതിന്റെ വില 40,000 ഫ്രാങ്കിന് തരാമെന്നു കടയുടമ സമ്മതിച്ചു.

മൂന്നുദിവസത്തേക്ക് അത് മറ്റാർക്കും വിൽക്കരുതെന്ന് അവർ അപേക്ഷിച്ചു. നഷ്ടപ്പെട്ടുപോയ ആഭരണം ഫെബ്രുവരി അവസാനത്തിനു മുമ്പ് കിട്ടുകയാണെങ്കിൽ മുപ്പത്തിനാലായിരം ഫ്രാങ്കിന് തിരിച്ചെടുക്കാമെന്നും തീർച്ചപ്പെടുത്തി.

ലോയ്സലിന്റെ വശം അച്ഛനിൽ നിന്ന് കിട്ടിയിരുന്ന പതിനെട്ടായിരം ഫ്രാങ്ക് ഉണ്ടായിരുന്നു. ബാക്കി സംഖ്യ അയാൾ കടം വാങ്ങി.

കടം വാങ്ങിയത് ഇങ്ങനെയായിരുന്നു: ഒരാളിൽ നിന്ന് ആയിരം ഫ്രാങ്ക്, മറ്റൊരാളിൽ നിന്ന് 500 ഫ്രാങ്ക്, വേറൊരാളിൽ നിന്ന് അഞ്ച് ലൂയി. അവസാനമായി ഒരാളിൽ നിന്ന് മൂന്ന് ലൂയി. പണം നൽകുന്നവർക്കൊക്കെ ഉറപ്പുകൾ കൊടുത്തു. അങ്ങനെയാണ് കൊള്ള പലിശക്കാരിൽ നിന്ന് പണം വാങ്ങിയത്. അയാളുടെ നിലനിൽപ്പുതന്നെ പണയപ്പെടുത്തി. വാസ്തവത്തിൽ മറ്റൊന്നും ആലോചിക്കാതെയാണ് അയാൾ ഒപ്പിട്ടുകൊടുത്തത്. എല്ലാവിധ ശാരീരിക യാതനകളും മാനസികമായ സമ്മർദങ്ങളും നേരിട്ടുകൊണ്ടാണ് അയാൾ കച്ചവടക്കാരന്റെ കൗണ്ടറിൽ നിന്ന് പുതിയ നെക്ലേസ് വാങ്ങിയത്.

പുതിയ നെക്ലേസ് വാങ്ങിയിട്ട് മാഡം ലോയ്സൽ മടക്കിക്കൊടുത്തപ്പോൾ മാഡം ഫോർസ്റ്റിയർ പറഞ്ഞു. "ഇത് നിങ്ങൾ കുറച്ചുമുമ്പുതന്നെ തിരിച്ചുതരേണ്ടതായിരുന്നു. കാരണം എനിക്കിതു നേരത്തെ ആവശ്യമുണ്ടായിരുന്നു."

അവൾ ഭയപ്പെട്ടതുപോലെ, ആ പെട്ടി തുറന്നുനോക്കി, നെക്ലേസ് മാറ്റിവെച്ചത് മനസിലാക്കിയെങ്കിൽ അവരെന്ത് ധരിക്കും? എന്താണ് പറയുക? താനൊരു കള്ളിയാണെന്ന് മനസിലാക്കുമോ?

ദാരിദ്ര്യം നിറഞ്ഞ ഭീകരമായ ജീവിതം എന്താണെന്ന് മാഡം ലോയ്സൽ അറിഞ്ഞു. എങ്കിലും അവളുടെ പങ്ക് ധീരതയോടെ നിർവഹിച്ചു. ഭീമമായ കടം വീട്ടേണ്ടതുണ്ടായിരുന്നു. അവൾ കഴിയുന്നത് ചെയ്തു. വേലക്കാരിയെ ഒഴിവാക്കി. അവൾ താമസിക്കുന്ന വാസസ്ഥാനം മാറി. അവിടത്തെ ചെരിഞ്ഞ മേൽക്കൂരയോടു കൂടിയ മുറികൾ മറ്റു ചിലർക്ക് വാടകയ്ക്ക് കൊടുത്തു.

ഒരു വീട്ടിലെ കഠിനമായ യാതനകൾ അവൾ അനുഭവിച്ചു. അടുക്കളയിലെ ദുർഘടം പിടിച്ച ജോലികൾ അവൾതന്നെ ചെയ്തു. മെഴുക്കു പുരണ്ട പാത്രങ്ങളും പാചകപാത്രത്തിന്റെ അടിഭാഗങ്ങളും റോസ് നിറത്തിലുള്ള നഖങ്ങളോടുകൂടിയ കൈകൾകൊണ്ട് കഴുകി. അഴുക്കുള്ള തുണികളും അടിയുടുപ്പുകളും, പാത്രങ്ങൾ തുടയ്ക്കുവാനുള്ള തുണിയും അവൾ തന്നെ കഴുകി വൃത്തിയാക്കി. എല്ലാ ദിവസവും രാവിലെ വീട്ടിലെ അവശിഷ്ടങ്ങൾ തെരുവിലെത്തിച്ചു. ഓരോ ചെറിയ കയറ്റത്തിലും ശ്വാസമെടുക്കാൻ നിന്നുകൊണ്ടും അവൾ വെള്ളം കൊണ്ടുവന്നു. ഒരു സാധാരണ പെണ്ണിനെപ്പോലെ വസ്ത്രം ധരിച്ച് പല ചരക്കുപീടികയിലും ഇറച്ചിക്കാരന്റെ പീടികയിലും പഴം വിൽക്കുന്ന കടയിലും കൈയിൽ കുട്ടയുമായി അവൾ തന്നെ പോയി. അങ്ങനെ കഷ്ടപ്പെട്ടു സമ്പാദിക്കുന്ന അവസാനത്തെ പൈസ കൂടി അവൾ ശ്രദ്ധിച്ചു ചെലവാക്കി.

ഓരോ മാസവും ഓരോ കടം വീട്ടി. അങ്ങനെ മറ്റു കടങ്ങൾക്ക് സാവകാശം കിട്ടി.

ഭർത്താവ് സായാഹ്നങ്ങളിൽ ബീർഷാപ്പുകളിൽ കുപ്പികൾ അടുക്കി വയ്ക്കും. രാത്രികളിൽ ഓരോ പേജിനും അഞ്ച് സോയ്സു എന്ന തോതിൽ കോപ്പികൾ എഴുതിക്കൊടുത്തു.

അങ്ങനെ ജീവിതം പത്തു വർഷങ്ങൾ കഴിഞ്ഞു.

പത്തുകൊല്ലത്തിന്റെ അവസാനമാവുമ്പോഴേക്കും വാങ്ങിയ എല്ലാ കടവും പലിശയും കൂട്ടുപലിശയുമടക്കം വീട്ടിത്തീർത്തു.

മിസിസ്സ് ലോയ്‌സെല്ലിന് അപ്പോഴേക്കും പ്രായമായിക്കഴിഞ്ഞിരുന്നു. അവൾ പാവപ്പെട്ട കുടുംബത്തിലെ ശക്തിയും നിർദയത്വവുമുള്ള പരുക്കൻ സ്ത്രീയെപ്പോലെ ആയിത്തീർന്നു. അവൾ അശ്രദ്ധമായി വസ്ത്രം ധരിച്ചു. പാവാടകൾ ആകെ വികലമായി. കൈകൾ ചുവന്നു, അവൾ ഉച്ചത്തിൽ സംസാരിച്ചുകൊണ്ടേയിരുന്നു. വലിയ പാത്രങ്ങളിൽ വെള്ളം കൊണ്ടുവന്ന് നിലം കഴുകി. അവൾ ജാലകത്തിന്റെ അടുത്തിരുന്ന് സായാഹ്നത്തിൽ നടന്ന നൃത്തപരിപാടിയെക്കുറിച്ച് ഓർത്തു, അന്ന് അവൾ അത്ര മാത്രം സുന്ദരിയും പ്രശംസിക്കപ്പെട്ടവളുമായിരുന്നു.

ആ നെക്ലേസ് നഷ്ടപ്പെട്ടിരുന്നില്ലെങ്കിൽ അവൾ ഇന്ന് എങ്ങനെയിരിക്കുമെന്ന് ആർക്കറിയാം? ജീവിതം എത്രമാത്രം വിലക്ഷണമായിരിക്കുന്നു. എത്രമാത്രം പരിവർത്തനങ്ങൾ സംഭവിച്ചിരിക്കുന്നു. ഒരു ചെറിയ കാര്യം ഒരാളെ എത്രമാത്രം നശിപ്പിക്കുകയോ രക്ഷിക്കുകയോ ചെയ്യുന്നു!

ഒരു ഞായറാഴ്ച അവൾ ഷേമ്പസ് എലീസിയായിലൂടെ നടക്കുകയായിരുന്നു. പെട്ടെന്ന് അവൾ ഒരു കുട്ടിയേയുംകൊണ്ട് നടന്നുപോകുകയായിരുന്ന ഒരു സ്ത്രീയെക്കണ്ടു. അത് മാഡം ഫൊറസ്റ്റിയർ ആയിരുന്നു. ആ കാഴ്ച മാഡം ലോയ്‌സലിനെ സ്‌പർശിച്ചു. അവളോട് സംസാരിക്കണോ? തീർച്ചയായും വേണം. ഇപ്പോൾ എല്ലാക്കടവും കൊടുത്തു തീർത്തു. അവരോട് എല്ലാം പറയണം. എന്തുകൊണ്ട് പാടില്ല.

അവൾ അവരെ സമീപിച്ച് പറഞ്ഞു. "ഗുഡ്‌മോർണിങ്ങ് ജിയോനേ."

സുഹൃത്ത് അവളെ തിരിച്ചറിഞ്ഞില്ല. തന്റെ ഓമനപ്പേർ വിളിച്ച് വളരെ പരിചിതയെപ്പോലെ സംസാരിച്ചു കേട്ടപ്പോൾ അവർ അത്ഭുതപ്പെട്ടു.

"പക്ഷേ മാഡം എനിക്ക് നിങ്ങളെ മനസിലായില്ല. നിങ്ങൾക്ക് ആൾ തെറ്റിയിരിക്കാം."

"ഇല്ല, ഞാൻ മെറ്റിൽഡാ ലോയ്‌സൽ ആണ്."

അവളുടെ സുഹൃത്ത് അത്ഭുതപ്പെട്ടു. "ഓ, പാവം മെറ്റിൽഡാ നീ എങ്ങനെ മാറിയിരിക്കുന്നു!"

"ശരിയാണ് നിങ്ങളെ കണ്ടതിനുശേഷം എനിക്ക് വളരെ കഷ്ടപ്പാടുകൾ ആയിരുന്നു. എല്ലാം നിങ്ങൾ കാരണമാണ്."

"ഞാൻ കാരണമോ? എങ്ങനെയാണത്?"

"മന്ത്രിയുടെ നൃത്തസദസിലേക്ക് പോവാൻ അണിയുന്നതിന് നിങ്ങൾ എനിക്ക് ഒരു വൈരമാല വായ്പ തന്നിരുന്നില്ലേ?"

"അതെ, ശരിതന്നെ."

"ഞാൻ അത് നഷ്ടപ്പെടുത്തി."

"അതെങ്ങനെ? നീ എനിക്കത് മടക്കിത്തന്നുവല്ലേ?"

"അതുപോലത്തെ മറ്റൊന്നാണ് ഞാൻ മടക്കിത്തന്നത്. അതിന്റെ വില കൊടുത്തു തീർക്കുവാൻ പത്തുകൊല്ലം വേണ്ടിവന്നു. ഒന്നുമില്ലാത്ത ഞങ്ങളെ സംബന്ധിച്ചിടത്തോളം അത്ര എളുപ്പമല്ലെന്ന് നിങ്ങൾക്കും അറിയാമല്ലോ? എന്നാൽ ഇപ്പോൾ, അതെല്ലാം കൊടുത്തുതീർത്തു. ഞാൻ പരിപൂർണമായും സംതൃപ്തയായിരിക്കുന്നു."

മാഡം ഫോറസ്റ്റിയർ പെട്ടെന്ന് നിന്നു അവർ പറഞ്ഞു.

"നീ പറയുന്നു, എന്റെ വൈരമാലയ്ക്ക് പകരമായി മറ്റൊന്ന് വാങ്ങി യെന്ന്"

"അതെ. നിങ്ങൾ അത് കണ്ടിരുന്നില്ലേ?"

"അത് രണ്ടും ഒരേമാതിരി ആയിരുന്നു."

അവൾ പ്രൗഢവും സരളവുമായ സന്തോഷത്തോടെ ചിരിച്ചു. മാഡം ഫോറസ്റ്റിയറെ അത് അഗാധമായി സ്പർശിച്ചു. അവളുടെ രണ്ടു കൈയും പിടിച്ച് അവർ പറഞ്ഞു.

"എന്റെ പാവം മെറ്റിൽഡാ, എന്റേത് കൃത്രിമമായിരുന്നു. അതിന് 500 ഫ്രാങ്കിൽ കൂടുതൽ വില ഉണ്ടായിരുന്നില്ല."

2
കൊള്ളരുതാത്ത സൗന്ദര്യം

ഭംഗിയുള്ള രണ്ട് കറുത്ത കുതിരകൾ വലിക്കുന്ന വണ്ടി ആ ബംഗ്ലാ വിന്റെ മുന്നിൽ വന്നുനിന്നു. ജൂൺമാസം അവസാനം ഉച്ചയ്ക്കുശേഷം അഞ്ചുമണി. ബംഗ്ലാവിന്റെ വലിയ മുറ്റത്ത് സൂര്യൻ ഹൃദ്യവും പ്രകാശ മാനവുമായി തിളങ്ങി.

മാസ്കരറ്റിലെ പ്രഭി താഴെ ഇറങ്ങിവന്നു. അവളുടെ ഭർത്താവ് പ്രവേ ശന വാതിൽക്കൽ ഉണ്ടായിരുന്നു. ഭാര്യയെ കാണുവാനായി കുറച്ചുനേരം നിന്നു. അയാൾ അവളെത്തന്നെ നോക്കി. അയാളുടെ മുഖം മങ്ങി. അവൾ അതീവ സുന്ദരിയും സന്തോഷവതിയും ആയിരുന്നു. നീണ്ട മുഖവും സ്വർണം പൂശിയ ആനക്കൊമ്പുപോലുള്ള ശരീരവും ചാരനിറത്തിലുള്ള കണ്ണുകളും കറുത്ത തലമുടിയും കൂടിയ അവൾ ഇറങ്ങിവന്ന് ആ വണ്ടി യിൽ കയറി. അവൾ ഭർത്താവിനെ നോക്കിയതേയില്ല. കണ്ടതായി ഭാവി ച്ചതുപോലുമില്ല. വളരെക്കാലമായി അയാളുടെ ഹൃദയത്തെ കരണ്ടുതി ന്നുന്ന അവൾ അയാളെ തികച്ചും അവഗണിച്ചിരുന്നു. അയാൾ അവ ളുടെ അടുത്തുചെന്ന് ചോദിച്ചു. "നീ സവാരി പോവുകയാണോ ?" അവൾ പുച്ഛഭാവം കാണിച്ച് വെറുതെ മറുപടി പറഞ്ഞു.

"നിങ്ങൾക്കത് മനസിലാവുന്നില്ലേ?"

"ബോളോങ്ങിലേക്ക്"

"അധികപക്ഷവും."

"ഞാൻ നിന്റെ കൂടെ വരട്ടെ?"

"ഈ വണ്ടി നിങ്ങളുടെ സ്വന്തമല്ലേ?"

അവൾ അയാളോട് സംസാരിക്കുമ്പോഴുള്ള സ്വരവ്യത്യാസത്തിൽ അത്ഭുതപ്പെടാതെ അയാൾ വണ്ടിയിൽ കയറി അവളുടെ അടുത്തിരുന്ന് പറഞ്ഞു. "ബോളോങ്." ഇതു കേൾക്കേണ്ട താമസം വണ്ടിക്കാരന്റെ

സഹായി ചാടി എഴുന്നേറ്റു. നിലത്ത് കാലുകൾകൊണ്ട് ചവിട്ടിയും തല കുലുക്കിയും കൊണ്ട് കുതിരകൾ തെരുവുവരെ ഓടി. ഭർത്താവും ഭാര്യയും യാതൊന്നും സംസാരിക്കാതെ അടുത്തടുത്തായി ഇരുന്നു. സംഭാഷണം എങ്ങനെ തുടങ്ങണമെന്ന് ആലോചിക്കുകയായിരുന്നു അയാൾ. പക്ഷേ, വഴങ്ങാത്ത പരുഷമായ നോട്ടത്തോടെയുള്ള അവളോട് അത്തരമൊരു ശ്രമത്തിന് ധൈര്യപ്പെടുവാൻ അയാൾക്ക് കഴിഞ്ഞില്ല. ഒടുവിൽ അറിയാത്ത ഭാവത്തിൽ സാമർഥ്യത്തോടുകൂടി കൈയുറ ധരിച്ച അവളുടെ കൈയിൽ സ്പർശിച്ചു. അവൾ വെറുപ്പോടു കൂടി കൈ പുറ കോട്ട് വലിച്ചു. സർവാധികാരിയും തന്നിഷ്ടക്കാരനും ആണെന്ന ഭാവ ത്തിൽ അയാൾ ചിന്താധീനനായി ഇരുന്നെങ്കിലും ഒടുവിൽ പറഞ്ഞു.

"ഗാബ്രിയൽ"

"നിങ്ങൾക്കെന്തുവേണം?"

"നിങ്ങൾക്കെന്തുവേണം.?"

"നിങ്ങൾ സുന്ദരിയായി കാണപ്പെടുന്നു."

പ്രകോപിതനായി കാണപ്പെട്ട ഒരു രാജ്ഞിയെപ്പോലെ അവൾ ഒന്നും മറുപടി പറയാതെ വണ്ടിയിൽ ചാരിക്കിടന്നു. അപ്പോഴേക്കും അവൾക്കു ഷാംപ്സ് എലീസിലൂടെ സഞ്ചരിച്ച് ആർക്ക്– ഡി ട്രയോറഫിലിൽ എത്തി യിരുന്നു. ആ നീണ്ട രാജപാതയുടെ അവസാനം അനർഘമായ സ്മാര കത്തിന്റെ ഭീമാകാരമായ കമാനം ചുവന്ന സൂര്യന്റെ പശ്ചാത്തലത്തിൽ ഉയർന്നുനിന്നു. പകലോൻ അതിന്റെ മുകളിൽ മുങ്ങുകയാണെന്ന് തോന്നി. അകാശത്തിലെ അഗ്നിമയമായ രേണുക്കൾ അതിൽ ചൊരിഞ്ഞുകൊ ണ്ടേയിരുന്നു.

കുതിരകളുടെ വെട്ടിത്തിളങ്ങുന്ന ആടയാഭരണങ്ങളും തിളങ്ങുന്ന വിളക്കുകളും കൂടിയ കുതിരവണ്ടികളുടെ പ്രവാഹം രണ്ട് കൈ വഴിക ളായി തിരിഞ്ഞു. ഒന്ന് നഗരത്തിലേക്കും മറ്റൊന്ന് വനപ്രദേശത്തേക്കും. മാസ്കരറ്റിലെ പ്രഭു പറഞ്ഞുകൊണ്ടിരുന്നു. "എന്റെ പ്രിയപ്പെട്ട ഗാബ്രി യൽ."

ആവർത്തിച്ച ചോദ്യം സഹിക്കുവാൻ കഴിയാതെ അവൾ പ്രകോ പിപ്പിക്കുന്ന സ്വരത്തിൽ പറഞ്ഞു. "ഓ, എന്നെ സമാധാനത്തോടെ ഇരി ക്കാൻ വിടൂ. എന്റെ അപേക്ഷയാണ്. വേറൊരു വണ്ടിയിൽ സഞ്ചരിക്കാ മെന്ന് വച്ചാൽ അതിനുള്ള സ്വാതന്ത്ര്യം എനിക്കില്ല."

അയാൾ അവൾ പറയുന്നത് ശ്രദ്ധിക്കുന്നതായി ഭാവിക്കാതെ പറ ഞ്ഞു. "ഇന്നത്തെപ്പോലെ സൗന്ദര്യവതിയായി നിന്നെ മുമ്പൊരിക്കലും കണ്ടിട്ടില്ല."

അവളുടെ ക്ഷമ തികച്ചും അസ്തമിച്ചുകഴിഞ്ഞിരുന്നു. അദമ്യമായ കോപത്തോടെ അവൾ പറഞ്ഞു."നിങ്ങൾ എന്റെ സൗന്ദര്യത്തെപ്പറ്റി ബോധവാനായത് ഒട്ടുംതന്നെ ശരിയായില്ല. ആ രീതിയിൽ ഇനി നിങ്ങ ളുമായി ഒരിക്കലും ബന്ധം വെക്കുകയില്ല." അയാൾക്ക് വിഷമം തോന്നി. പുരുഷമേധാവിത്വം എന്ന ബോധം അയാളിൽ വളർന്നു. അയാൾ പറഞ്ഞു.

"നീ എന്താണ് ഉദ്ദേശിക്കുന്നത്?"

സ്ത്രീലമ്പടനായ ഒരു മനുഷ്യനെപ്പോലെയല്ല, മൃഗീയമായി പെരു മാറുന്ന ഒരു യജമാനനായിട്ടാണ് അയാൾ കാണപ്പെട്ടത്. വണ്ടിയുടെ ചക്രങ്ങളുടെ ശബ്ദത്തിൽ ഭൃത്യന്മാർ കേൾക്കാത്തവിധം പതിഞ്ഞ സ്വര ത്തിൽ അവൾ പറഞ്ഞു.

"ഞാൻ ആ പറഞ്ഞതുകൊണ്ട് എന്താണ് ഉദ്ദേശിക്കുന്നതെന്നോ? ഞാൻ വീണ്ടും നിങ്ങളെ തിരിച്ചറിഞ്ഞിരിക്കുന്നു. എല്ലാ കാര്യങ്ങളും വിളി ച്ചുപറയണമെന്നാണോ? നിങ്ങൾ ഉദ്ദേശിക്കുന്നത്."

"അതെ."

"നിങ്ങളുടെ ഭയാനകമായ സ്വാർഥതയുടെ പീഡനത്തിന് ഇരയായ ആളെന്ന നിലയിൽ എല്ലാക്കാര്യങ്ങളും പറയണമെന്നാണോ?"

അത്ഭുതവും കോപവും കൊണ്ട് അയാളുടെ മുഖം ചുവന്നു. പല്ല് കടിച്ചുപിടിച്ച് അയാൾ മുരണ്ടു.

"നീ എല്ലാക്കാര്യവും പറയണം"

അയാൾ നല്ല ഉയരവും വീതിയുള്ള ചുമലുകളും ഉള്ള മനുഷ്യനാ യിരുന്നു. വലിയ ചുവന്ന താടിയുള്ള ഒരു സുന്ദരൻ. നല്ല മാന്യൻ. ഒരു പരിപൂർണനായ ഭർത്താവും വളരെ നല്ല പിതാവും ആയിരുന്നു.

എന്നാൽ ഇപ്പോൾ അവൾ വണ്ടിയിൽ യാത്ര ചെയ്തതിനു ശേഷം ആദ്യമായി അയാളെ നോക്കി തുറന്നു പറഞ്ഞു.

"അതെ, വിയോജിപ്പുള്ള വസ്തുതയാണ് നിങ്ങൾക്ക് കേൾക്കാൻ കഴിയുക. ഞാൻ എന്തിനും തയാറാണെന്ന് നിങ്ങൾ മനസിലാക്കണം."

അയാൾ മൃദുസ്വരത്തിൽ പറഞ്ഞു. "നിനക്ക് ഭ്രാന്താണ്?"

"ഇല്ല. ഞാൻ മേലിൽ മാതൃത്വമെന്ന വെറുക്കപ്പെടുന്ന ശിക്ഷ അനു ഭവിക്കുന്ന ഇരയായിരിക്കുകയില്ല. പതിനൊന്നു വർഷമായി ഞാൻ നിങ്ങൾ നിമിത്തം സഹിക്കുന്നു. ഇനി ഞാൻ ലോകത്തിലെ മറ്റ് സ്വതന്ത്രരായ സ്ത്രീകളെപ്പോലെ ജീവിക്കുവാൻ ആഗ്രഹിക്കുന്നു. മറ്റെല്ലാ സ്ത്രീക ളെപ്പോലെ എനിക്കും അതിനവകാശമുണ്ട്."

അയാളുടെ മുഖം വീണ്ടും വിളറി. അയാൾ പിറുപിറുത്തു. "എനിക്ക് നിന്നെ മനസിലാവുന്നില്ല."

"ഓ, അതെ. നിങ്ങൾക്ക് എന്നെ നല്ലവണ്ണം മനസിലായിട്ടുണ്ട്. ഇപ്പോഴും ഞാൻ സുന്ദരിതന്നെ. നിങ്ങൾ എത്രയൊക്കെ ശ്രമിച്ചിട്ടും എന്റെ ശരീരവടിവ് നശിച്ചിട്ടില്ല. ഞാൻ ബംഗ്ലാവിന്റെ പടികൾ ഇറങ്ങുമ്പോൾ എന്നെക്കണ്ട സമയം നിങ്ങൾക്ക് തോന്നിയിരിക്കണം ഞാൻ വീണ്ടും ഗർഭിണിയാവാൻ സമയമായെന്ന്."

"നീ അസംബന്ധം സംസാരിക്കുന്നു."

"അല്ല, ഞാൻ അസംബന്ധം പറയുന്നതല്ല. എനിക്ക് വയസ്സ് മുപ്പ താണ്. അപ്പോഴേക്കും എട്ട് കുട്ടികൾ ആയി. കല്യാണം കഴിഞ്ഞ് പതി നൊന്ന് വർഷം മാത്രം. നിങ്ങൾ ധരിക്കുന്നത് പത്തുകൊല്ലം കൂടി ഈനില തുടർന്ന് പോകണമെന്നാണ്. അപ്പോഴേക്കും പ്രേമവഞ്ചകയെന്ന് സംശ യിച്ച് നിങ്ങൾ എന്നെ ഉപേക്ഷിക്കും."

അയാൾ അവളുടെ കൈ പിടിച്ച് ഞെരിച്ചുകൊണ്ട് പറഞ്ഞു. "ഈ നിലയിൽ സംസാരിക്കുവാൻ ഞാൻ നിന്നെ അനുവദിക്കുകയയില്ല."

"പക്ഷേ എനിക്ക് പറയാനുള്ളതു മുഴുവൻ പറയും. നിങ്ങൾ തടയു കയാണെങ്കിൽ കൂടുതൽ ഉച്ചത്തിൽ പറയും. വണ്ടിയുടെ പെട്ടിപ്പുറത്തി രിക്കുന്ന രണ്ട് ജോലിക്കാർ കേൾക്കുന്നുവെങ്കിൽ കേൾക്കട്ടെ. എന്റെ കൂടെ വരാൻ നിങ്ങളെ അനുവദിച്ചതുതന്നെ ഒരു പ്രത്യേക ലക്ഷ്യം വെച്ചാണ്. ഞാൻ പറയുന്നത് കേൾക്കുവാനും അത് ഉൾക്കൊള്ളുവാനും ഇവർ നിങ്ങളെ നിർബന്ധിക്കുമെന്ന് ഞാൻ പ്രതീക്ഷിക്കുന്നു. ഇപ്പോൾ ഞാൻ പറയുന്നത് ശ്രദ്ധിക്കുക. എനിക്ക് നിങ്ങളോട് ആദ്യം മുതലേ വെറുപ്പാണ് തോന്നിയിട്ടുള്ളത്. നിങ്ങൾ അത് മനസിലാക്കുമെന്ന് കരു തി. ഞാൻ ഒരിക്കലും നിങ്ങളോട് കളവ് പറഞ്ഞിട്ടില്ല. എനിക്ക് ഇഷ്ടമി ല്ലാതിരുന്നിട്ടും നിങ്ങൾ എന്നെ വിവാഹം കഴിച്ചു. നിങ്ങൾ അതിന് എന്റെ മാതാപിതാക്കളെ നിർബന്ധിച്ചു. വളരെ കഷ്ടപ്പാടുകൾ നിറഞ്ഞ ചുറ്റു പാടിലായിരുന്നു അവർ. നിങ്ങൾ ധനികനാണ്. ഞാൻ കരഞ്ഞിട്ടും അവർ വിവാഹത്തിന് എന്നെ നിർബന്ധിക്കുകയാണ് ചെയ്തത്.

അങ്ങനെ നിങ്ങൾ എന്നെ വിലയ്ക്കു വാങ്ങി. അതിനുശേഷം ഞാൻ നിങ്ങളുടെ അധികാരവലയത്തിലായിരുന്നു. നിങ്ങളുടെ അധികാരപൂർവ മായ നിർബന്ധങ്ങളും ഭീഷണിയോടുകൂടിയ നടപടികളും ഉണ്ടായിട്ടു കൂടി ഭർത്താവിന് വിധേയയായ ഭാര്യയായി ജീവിക്കണമെന്ന് കരുതി. അഗാധമായി നിങ്ങളെ സ്നേഹിച്ചു. എങ്കിലും നിങ്ങൾ അസൂയാലുവാ യി. അത്ഭുതമെന്ന് പറയട്ടെ, പണ്ടൊരിക്കലും തോന്നിയിട്ടില്ലാത്തവിധം ശക്തിമത്തായ അസൂയയായിരുന്നു അത്. ഒരു ചാരന്റെ മാതിരിയുള്ള പെരുമാറ്റം. അത് താണതരത്തിലുള്ളതായിരുന്നു. ഞാൻ വഞ്ചനകാണി ക്കുന്നുവെന്ന് നിങ്ങൾ എന്നോടു പറഞ്ഞു. അതുകൊണ്ട് എട്ടുമാസ ത്തേക്ക് നമ്മുടെ വിവാഹം നീട്ടിക്കൊണ്ടുപോയി. എന്തൊരു അപമാനം! ഞാൻ സുന്ദരിയാവുന്നതും ജനങ്ങൾക്ക് ആകർഷകമാകുന്നതും തടയു വാൻ നിങ്ങൾക്ക് കഴിഞ്ഞില്ല. സ്വീകരണമുറികളിലും പത്രങ്ങളിലും പാരീ സിലെ ഏറ്റവും വലിയ സുന്ദരികളിൽ ഒരാളായിട്ടാണ് ഞാൻ അറിയപ്പെ ടുന്നത്. എന്റെ ആരാധകരെ എന്നിൽ നിന്നും അകറ്റുവാൻ നിങ്ങൾ കഴി യുന്നത് ചെയ്തു. എന്നും മാതൃത്വത്തിന്റെ അവസ്ഥ എന്റെ ജീവിത ത്തിൽ നിലനിർത്തുകയായിരുന്നു നിങ്ങളുടെ ആവശ്യം. പിന്നീടാണ് എനി ക്ക് മനസിലായത്. ഇങ്ങനെ ചെയ്യുന്നത് അഭിമാനകരമായി നിങ്ങൾ നിങ്ങളുടെ സഹോദരിയോട് പറഞ്ഞു. അവൾക്ക് എന്നെ ഇഷ്ടമായിരു ന്നു. അതുകൊണ്ട് നിങ്ങളുടെ പ്രാകൃതമായ നിർബന്ധങ്ങളെപ്പറ്റി എന്നോടു പറയുകയുണ്ടായി. ഹാ, നമ്മൾ തമ്മിലുള്ള പോരാട്ടങ്ങളെ ക്കുറിച്ച് നിങ്ങളൊന്ന് ഓർത്തുനോക്കുക. വാതിലുകൾ തല്ലിത്തകർത്തും പൂട്ടുകൾ ബലം പ്രയോഗിച്ച് തുറന്നും കുട്ടികളെ പെറ്റുവളർത്തുന്ന ഒരു പെൺകുതിരയെപ്പോലെ മറ്റൊന്നിനും കൊള്ളാത്ത ഉപയോഗശൂന്യമെന്ന നിലയിലേക്ക് നിങ്ങളെന്നെ തരം താഴ്ത്തി. ഞാൻ ഗർഭിണിയായപ്പോൾ

നിങ്ങൾക്ക് എന്നോടു തോന്നിയത് അവജ്ഞയായിരുന്നു. മാസങ്ങളോളം നിങ്ങളെ കാണാൻ കഴിഞ്ഞില്ല. എന്നെ നാട്ടിൻപുറത്തുള്ള എന്റെ കുടുംബവീട്ടിലാക്കി. വയലുകളും പുൽമേടുകളും നിറഞ്ഞ ആ നാട്ടിൻപുറത്താണ് എന്റെ കുഞ്ഞിനെ പ്രസവിച്ചത്. നവോന്മേഷത്തോടും വർധിച്ച സന്തോഷത്തോടും കൂടി ഞാൻ പ്രസവം കഴിഞ്ഞ് തിരിച്ചെ ത്തി. ഒരു യുവധനികയെപ്പോലെ സമൂഹവുമായി ബന്ധപ്പെട്ട് ജീവിക്കാ മെന്ന് കരുതി. നിങ്ങളിൽ വീണ്ടും അസൂയ ഉടലെടുത്തു. ഇത് എന്നെ സ്വന്തമാക്കാനുള്ള ആഗ്രഹം കൊണ്ടായിരുന്നില്ല. കാരണം ഞാൻ ഒരി ക്കലും നിങ്ങളെ അനുസരിക്കാതിരുന്നിട്ടില്ല. പക്ഷേ, നിങ്ങൾ ആഗ്രഹി ച്ചത് എന്നെ കാണാൻ കൊള്ളാത്തവളാക്കാനായിരുന്നു. പുറമേ, ജുഗു പ്‌സവും, രഹസ്യവുമായ നിങ്ങളുടെ ചുറ്റുപാടുകളും എന്റെ കാര്യങ്ങൾ ചുഴിഞ്ഞ് ആലോചിച്ച് ഗ്രഹിക്കുവാനുള്ള ചിന്തകളും പ്രവൃത്തികളും അവലോകനം ചെയ്തതു മൂലമുള്ള ആഘാതം എന്നിൽ തീവ്രമായ ചിന്ത ഉണർത്തി. കുട്ടികൾക്ക് നിങ്ങൾ എല്ലാസംരക്ഷണവും നൽകി. ഞാൻ അവരെ ഗർഭം ധരിച്ചെങ്കിലും നിങ്ങൾ എന്നെ അവരുടെ അമ്മയായി പരിഗണിച്ചില്ല.

ഓ, എത്രമാത്രം നിങ്ങൾ ആനന്ദിക്കുന്നുവെന്ന് ഞാൻ കണ്ടിട്ടുണ്ട്. നിങ്ങളുടെ വിജയമായി കണ്ട് നിങ്ങൾ കുട്ടികളെ സ്നേഹിച്ചു. അവർ നിങ്ങളുടെ രക്തത്തിൽ പിറന്നവരായതുകൊണ്ടല്ല. എന്റെ യുവത്വം, സൗന്ദര്യം, എന്റെ മനോഹാരിത, എനിക്ക് ലഭിച്ച അഭിനന്ദനങ്ങൾ എല്ലാം നിങ്ങളുടെ വിജയമെന്ന് കരുതി. നിങ്ങൾക്ക് കുട്ടികളെക്കുറിച്ച് അഭിമാ നമുണ്ട്. നിങ്ങൾ വണ്ടിയിൽ കയറ്റി അവരെ സവാരിക്ക് കൊണ്ടുപോകു ന്നു. കഴുതപ്പുറത്ത് അവരെ യാത്ര ചെയ്യിക്കുന്നു. തിയേറ്ററുകളിൽ മാറ്റി നിക്ക് കൊണ്ടുപോകുന്നു. നിങ്ങളെ കുട്ടികളുടെ മധ്യത്തിൽ കാണുമ്പോ ഴൊക്കെ ആളുകൾ പറയും നിങ്ങൾ എത്രമാത്രം സ്നേഹമുള്ള അച്ഛ നാണെന്ന്."

അയാൾ അവളുടെ മണിബന്ധം പിടിച്ച് മൃഗീയവും പ്രാകൃതവു മായ രീതിയിൽ അമർത്തി അവളെ നിശ്ശബ്ദയാക്കി. വേദനകൊണ്ട് അവൾക്ക് കരച്ചിലടക്കാൻ കഴിഞ്ഞില്ല. അയാൾ അവളോട് മന്ത്രിച്ചു.

"നീ കേൾക്കില്ലേ? ഞാൻ എന്റെ കുട്ടികളെ സ്നേഹിക്കുന്നു. നീ ഇപ്പോൾ എന്നോട് പറഞ്ഞത് ഒരു മാതാവിനെ സംബന്ധിച്ചിടത്തോളം അപമാനകരമാണ്. പക്ഷേ. നീ എനിക്ക് കടപ്പെട്ടവളാണ്. ഞാൻ നിന്റെ യജമാനൻ. എനിക്കു വേണ്ടത് ബലം പ്രയോഗിച്ച് നിന്നിൽ നിന്ന് ഈടാ ക്കുവാൻ കഴിയും. ഈ കാര്യത്തിൽ നിയമം എന്റെ ഭാഗത്താണ്."

അയാൾ തന്റെ ബലഷ്ഠമായ കൈകൊണ്ട് മുറുക്കിപ്പിടിച്ച് അവ ളുടെ വിരലുകൾ ഞെരിച്ചുകൊണ്ടിരുന്നു. തീവ്രമായവേദന സഹിച്ച് വിവർണയായ അവൾ പിടുത്തത്തിൽ നിന്ന് വിടുവിക്കാൻ ശ്രമിച്ചെങ്കിലും ഫലമുണ്ടായില്ല. കണ്ണുകളിൽ നിന്നും കണ്ണുനീർ വീണു.

"നിനക്ക് മനസിലായില്ലേ? ഞാനാണ് യജമാനൻ. കൂടുതൽ ശക്തനും" അയാൾ പറഞ്ഞു. പിടുത്തം വിട്ടപ്പോൾ അവൾ ചോദിച്ചു.

"നിങ്ങൾ വിശ്വസിക്കുന്നുണ്ടോ ഞാനൊരു മതവിശ്വാസിയായ സ്ത്രീയാ
ണെന്ന്?"

അയാൾ അത്ഭുതത്തോടെ പറഞ്ഞു. "ഉവ്വ്."

"ക്രിസ്തുവിന്റെ രൂപമുള്ള അൾത്താരയുടെ മുമ്പിൽ സത്യം
ചെയ്താൽ ഞാൻ കളവു പറയുകയാണെന്ന് നിങ്ങൾ വിശ്വസിക്കുമോ?"

"ഇല്ല"

"എങ്കിൽ നിങ്ങൾ എന്റെ കൂടെ ഏതെങ്കിലും പള്ളിയിലേക്ക് വരു
മോ?"

"നീ സത്യമായി ആഗ്രഹിക്കുന്നുവെങ്കിൽ വരാം."

അവൾ ശബ്ദമുയർത്തി പറഞ്ഞു. "ഫിലിപ്സ്."

വണ്ടിക്കാരൻ തന്റെ കുതിരകളിൽ നിന്ന് കണ്ണെടുത്ത് ഗൃഹനായി
കയെ നോക്കി. അവൾ പറഞ്ഞു. "സെന്റ് ഫിലിപ്സ് പള്ളിയിലേക്ക്."
ബോയിസ് ഡി ബോളേജിന്റെ കവാടത്തിൽ എത്തിക്കഴിഞ്ഞിരുന്ന കുതി
രവണ്ടി പാരീസിലേക്ക് മടങ്ങി.

ആ യാത്രയിൽ ഭർത്താവും ഭാര്യയും ഒരക്ഷരം മിണ്ടിയില്ല. പള്ളി
യുടെ മുമ്പിൽ വണ്ടി നിന്നപ്പോൾ മാസ്കരറ്റ് പ്രഭി പുറത്തിറങ്ങി പള്ളി
യിൽ കടന്നു. ഏതാനും വാര പിന്നിലായി പ്രഭുവും എത്തി. അവൾ
നിൽക്കാതെ വേഗം ഗായകസംഘത്തിന്റെ സ്ഥലംവരെ ചെന്ന് ഇരിപ്പിട
ത്തിൽ ഇരുന്നു. കൈകൾകൊണ്ട് മുഖം പൊത്തി കുറേനേരം പ്രാർഥി
ച്ചു. ഹൃദയം നീറുന്ന ദുഃഖം അനുഭവിക്കുമ്പോൾ സ്ത്രീകൾ ചെയ്യാറു
ള്ളതുപോലെ അവൾ നിശ്ശബ്ദയായി കരഞ്ഞു. അവളുടെ ശരീരം
മുമ്പോട്ടും പിന്നോട്ടും ചലിച്ചുകൊണ്ടിരുന്നു. വിരലുകൾകൊണ്ട് മുഖം
പൊത്തി അവൾ തേങ്ങിക്കരഞ്ഞു.

സ്ഥിതി അതിരുകടന്നെന്നു തോന്നി മാസ്കരറ്റ് പ്രഭു അവളുടെ ചുമ
ലിൽ തട്ടി. ആ സ്പർശനം അവളെ ഉണർത്തി. അവൾ എഴുന്നേറ്റ് അയാ
ളുടെ കണ്ണുകളിൽ നോക്കി.

"ഇതാണ് എനിക്ക് നിങ്ങളോട് പറയാനുള്ളത്. എനിക്ക് ഒന്നിനേയും
ഭയമില്ല. നിങ്ങൾക്ക് എന്തുംചെയ്യാം. വേണമെങ്കിൽ കൊല്ലുകയും
ചെയ്യാം. നിങ്ങളുടെ കുട്ടികളിൽ ഒരാൾ നിങ്ങളുടേതല്ല. ഒന്നുമാത്രം. ഞാൻ
പറയുന്നത് കേൾക്കുന്നുണ്ടോ? ദൈവത്തിന്റെ മുന്നിൽനിന്ന് ഞാൻ സത്യം
ചെയ്യുന്നു. നിങ്ങളുടെ എല്ലാവിധ പുരുഷപീഡനങ്ങൾക്കും കുട്ടികളെ
പ്രസവിക്കുന്നതിനുമാത്രം എന്നെ ഉപയോഗിക്കുന്ന പെരുമാറ്റത്തിനും
എതിരായി എനിക്ക് ചെയ്യാവുന്നത് ഇത്രമാത്രമായിരുന്നു. ആരായിരുന്നു
അതിന് ഉത്തരവാദിയായ കാമുകൻ? നിങ്ങൾക്ക് ഒരിക്കലും കണ്ടെത്താൻ
കഴിയുകയില്ല. നിങ്ങൾക്ക് ആരെയും സംശയിക്കാം. പക്ഷേ, ഒരിക്കലും
മനസിലാവുകയില്ല. പ്രേമമോ സംതൃപ്തിയോ ഒന്നുമില്ലാതെയാണ് ഞാൻ
അയാൾക്ക് വഴങ്ങിയത്. നിങ്ങളെ വഞ്ചിക്കുവാൻ മാത്രം അയാൾ എന്നെ
അമ്മയാക്കി. ഏതാണ് അയാളുടെ കുട്ടി? ആ കാര്യവും നിങ്ങൾ ഒരി
ക്കലും കണ്ടെത്തുകയില്ല. ഇത് പിന്നീട് പറഞ്ഞാൽ മതിയെന്നായിരുന്നു

ഞാൻ കരുതിയത്. ആ കാര്യം തുറന്നു പറയണമെന്ന നിലയിലേക്ക് നിങ്ങൾ എന്നെ എത്തിച്ചു. ഇപ്പോൾ എല്ലാം കഴിഞ്ഞു."

അവൾ ധൃതിയിൽ വാതിലിലേക്ക് നടന്നു. ഭർത്താവ് പിന്നാലെ വരുമെന്ന് കരുതി. അവൾ ഭർത്താവിനെ നിലം പരിശാക്കി. അവൾ ഒറ്റ കുതിപ്പിൽ വണ്ടിയിൽ കയറി. വിരോധവും ഭയവുംകൊണ്ട് അവൾക്ക് ശ്വാസം ഇല്ലാതായി. വണ്ടിക്കാരനെ വിളിച്ച് അവൾ പറഞ്ഞു. "വിട്" കുതിര ധൃതിയിൽ ഓടി.

2

മാസ്കരറ്റ് പ്രഭി ഉച്ചഭക്ഷണത്തിനുവേണ്ടി അവളുടെ മുറിയിൽ കാത്തുനിൽക്കുകയായിരുന്നു. മരണശിക്ഷയ്ക്ക് വിധിക്കപ്പെട്ട ആൾ മരണം പ്രതീക്ഷിച്ച് ഇരിക്കുന്നതുപോലെ. അയാൾ എന്താണ് ചെയ്യാൻ പോകുന്നത്? അയാൾ വീട്ടിൽ എത്തിയോ? നിരാശനും വികാരധീനനുമായ ആൾ എന്ത് അക്രമവും ചെയ്യും. എന്താണ് അയാൾ ചിന്തിക്കുന്നുണ്ടാവുക? എന്ത് ചെയ്യണമെന്നായിരിക്കും മനസിൽ ഉറപ്പിച്ചിരിക്കുക. വീട്ടിൽ ഒരു ശബ്ദവും ഇല്ല. അവൾ ക്ലോക്ക് നോക്കിനിന്നു. അവളുടെ പരിചാരിക വന്ന് സായാഹ്നത്തിനുവേണ്ടി അവളെ വസ്ത്രം അണിയിച്ചു. അതിനുശേഷം അവൾ മുറിവിട്ട് പുറത്തുപോയി.

എട്ടുമണി അടിച്ചു. അപ്പോൾ വാതിൽക്കൽ മുട്ടുകേട്ടു. പാചകക്കാരൻ ഉള്ളിൽ വന്ന് ഭക്ഷണം തയാറായെന്ന് പറഞ്ഞു.

"പ്രഭുവന്നുവോ?"

"അദ്ദേഹം ഭക്ഷണമുറിയിലാണുള്ളത്."

ഒരുനിമിഷം അവൾ ആയുധം കരുതേണ്ടതിനെപ്പറ്റി ആലോചിച്ചു. അപകടം മുന്നിൽക്കണ്ട് ഒരു ചെറിയ റിവോൾവർ വാങ്ങിയിരുന്നു. പക്ഷേ എല്ലാ കുട്ടികളും അവിടെ ഉണ്ടാകുമെന്ന് അവൾ ഓർത്തു. അതുകൊണ്ട് മണപ്പിക്കുവാൻ ചെറിയ കുപ്പി മാത്രം എടുത്തു.

പ്രഭു കസേരയിൽനിന്ന് ഗൗരവമായെഴുന്നേറ്റു. പ്രഭി അൽപ്പമൊന്നു കുനിഞ്ഞു. മൂന്ന് ആൺകുട്ടികൾ അവരുടെ റ്റ്യൂട്ടർ അബ്ബെ മാർട്ടിന്റെ കൂടെ അവളുടെ വലതുവശത്തും മൂന്ന് പെൺകുട്ടികൾ മിസ് സ്മിത്തിന്റെ കൂടെ ഇടതുഭാഗത്തും ഇരുന്നു. മൂന്നുമാസം പ്രായമായ ഏറ്റവും ഇളയ കുട്ടി നേഴ്സിന്റെ കൂടെ മുകളിലെ നിലയിലായിരുന്നു. പ്രഭു താഴോട്ട് നോക്കിയാണ് ഇരുന്നത്. അയാൾ പെട്ടെന്ന് വീഞ്ഞുഗ്ലാസ് പിടിച്ചുവലിച്ചു. അത് മേശയിൽ വീണ് പൊട്ടി. ഈ ചെറിയ സംഭവം ഉണ്ടാക്കിയ ശബ്ദം കേട്ട് പ്രഭി കസേരയിൽ നിന്ന് എഴുന്നേറ്റു. അവർ അന്യോന്യം നോക്കി. ഓരോ നോട്ടവും ഞരമ്പുകളിൽ പിരിമുറുക്കം ഉണ്ടാക്കിയെങ്കിലും വെടിയുണ്ടകൾ പോലെയുള്ള നോട്ടം അവർ നിർത്തിയില്ല.

പെട്ടെന്ന് ഭർത്താവ് മുന്നോട്ട് കുനിഞ്ഞ് ചോദിച്ചു. "ഇതാ, നീ കുറച്ചുമുമ്പ് പറഞ്ഞ കാര്യം കുട്ടികളുടെ മുമ്പിൽ സത്യം ചെയ്യുമോ?"

അവളുടെ ഞരമ്പുകളിൽ ഉടലെടുത്ത വിരോധം പെട്ടെന്ന് അവളെ ഉണർത്തി. അയാളുടെ നോട്ടങ്ങൾ നേരിട്ട അതേ രൂക്ഷഭാവത്തിൽ അവൾ രണ്ട് കൈകളും ഉയർത്തി വലതുകൈ ആൺകുട്ടികളുടേയും ഇടത് കൈ പെൺകുട്ടികളുടേയും നേർക്ക് ചൂണ്ടി യാതൊരു വൈമനസ്യവും കൂടാതെ ഉറച്ചതും ദൃഢമായതുമായ സ്വരത്തിൽ പറഞ്ഞു. "കുട്ടികളുടെ തലതൊട്ട് ഞാൻ സത്യം ചെയ്യുന്നു. നിങ്ങളോട് ഞാൻ പറഞ്ഞ കാര്യം തികച്ചും ശരിയാണ്."

അയാൾ എഴുന്നേറ്റ് കൈലേസ് മേശമേൽ എറിഞ്ഞു. ഒന്നും പറ യാതെ പുറത്തേക്ക് പോയി. അവളാണെങ്കിൽ ദീർഘമായി നിശ്വസിച്ച് ആദ്യത്തെ വിജയം നേടിയെന്ന നിലയിൽ കുട്ടികളോട് പറഞ്ഞു.

"പ്രിയപ്പെട്ട കുട്ടികളേ നിങ്ങളുടെ അച്ഛൻ ഇപ്പോൾ ചെയ്തത് ശ്രദ്ധി ക്കേണ്ട. കുറച്ചുമുമ്പ് ആകെ വിഷമിച്ചതാണ്. അൽപ്പം ദിവസ ങ്ങൾക്കുള്ളിൽ എല്ലാം ശരിയായിക്കൊള്ളും." അതിനുശേഷം കുട്ടികളെ നോക്കുന്നവരോട് സംസാരിച്ചു. "കുട്ടികളുടെ ഹൃദയത്തെ ആകർഷി ക്കുന്ന വിധത്തിൽ മൃദുലവും സുന്ദരവുമായി കുട്ടികളോട് സംസാരിക്കൂ."

ഭക്ഷണം കഴിഞ്ഞപ്പോൾ അവൾ എല്ലാ കുട്ടികളേയും കൂട്ടി സ്വീക രണമുറിയിലേക്ക് പോയി. കുട്ടികളോട് തമാശ പറഞ്ഞു. ഉറങ്ങുവാൻ സമയമായപ്പോൾ അവരെ ദീർഘമായി ചുംബിച്ചു. അതിനുശേഷം അവൾ അവളുടെ മുറിയിലേക്കു പോയി.

അയാൾ വരുമെന്ന കാര്യത്തിൽ അവൾക്ക് സംശയമുണ്ടായിരുന്നില്ല. മനസ്സിൽ ചിലതുറപ്പിച്ചു അവൾ കാത്തുനിന്നു. മക്കൾ കൂടെയില്ലാത്ത തിനാൽ അവൾ അവളുടെ മാംസളമായ ശരീരം രക്ഷിക്കുവാൻ തീർച്ചപ്പെടുത്തി. അവളുടെ ഉടുപ്പിന്റെ കീശയിൽ കുറച്ച് ആഴ്ചകൾ മുമ്പ് വാങ്ങിയ റിവോൾവർ ഉണ്ടയോടുകൂടി സൂക്ഷിച്ചിട്ടുണ്ട്. മണിക്കൂറുകൾ കടന്നുപോയി. ഓരോ മണിക്കൂറിലും ക്ലോക്ക് അടിക്കുന്ന ശബ്ദം മുഴ ങ്ങി. കുതിരവണ്ടികൾ തെരുവിലൂടെ ഇരമ്പുന്ന ശബ്ദം കേൾക്കാം. അട ച്ചിട്ട കർട്ടനോടു കൂടിയ ജനാലകൾ കാരണം അവ്യക്തമായി മാത്രം. അസ്വസ്ഥമായെങ്കിലും ധൈര്യം സംഭരിച്ച് അവൾ കാത്തുനിന്നു. യാതൊരുവിധ ഭയവുമില്ലാതെ വിജയഭാവത്തിൽത്തന്നെ. ജീവിതത്തിന്റെ ഓരോ നിമിഷവും കഠിനയാതന ഏൽപ്പിക്കേണ്ട വഴി അവൾ കണ്ടെ ത്തിയിരുന്നു.

പ്രഭാതത്തിലെ ആദ്യകിരണങ്ങൾ ജാലകത്തിന്റെ കർട്ടന്റെ അടി ഭാഗത്തുകൂടെ മുറിയിൽ കടന്നുവന്നു. പക്ഷേ, അയാൾ മാത്രം വന്നില്ല. അവൾ എഴുന്നേറ്റു. അയാൾ വരുന്നില്ലെന്ന സത്യം അത്ഭുതത്തോടെ മനസ്സിലാക്കി. കൂടുതൽ ഭദ്രതയ്ക്കുവേണ്ടി മുറിയുടെ വാതിൽ അടച്ച് കുറ്റിയിട്ടതിനുശേഷം, അയാൾ എന്താണ് ചെയ്യാൻ പോകുന്നതെന്ന് ഊഹിക്കുവാൻ കഴിയാതെ കണ്ണ് തുറന്ന് കാത്തിരുന്നു.

പരിചാരിക ചായ കൊണ്ടുവന്നപ്പോൾ കൂടെ ഭർത്താവിന്റെ കത്തു കൂടി ഉണ്ടായിരുന്നു. താൻ ഒരു ദീർഘയാത്രയ്ക്ക് പോവുകയാണെന്നാ

യിരുന്നു അതിൽ എഴുതിയിരുന്നത്. അവളുടെ ചെലവുകൾക്കാവശ്യമായ സംഖ്യ നൽകാൻ വക്കീലിനെ ഏൽപ്പിച്ചിട്ടുണ്ടെന്നും അതിന്റെ അവസാനം ഉണ്ടായിരുന്നു.

3

'പിശാച് റോബർട്ട്' എന്ന സംഗീതനാടകം അവതരിപ്പിക്കുന്ന സന്ദർഭം. നാടകത്തിന്റെ രണ്ട് രംഗങ്ങൾക്കിടയിലുള്ള സമയം. വിൽപ്പന ശാലയിൽ പുരുഷന്മാർ തൊപ്പിധരിച്ച് നിൽക്കുന്നുണ്ടായിരുന്നു. ഇറക്കം കുറഞ്ഞ അവരുടെ മേൽക്കുപ്പായത്തിലൂടെ അടിയിലിട്ട വെള്ളഷർട്ടിന്റെ വലിയഭാഗം കാണാമായിരുന്നു. അതിന്റെ സ്വർണവും വിലപിടിച്ച രത്ന ങ്ങളുമുള്ള ബട്ടനുകൾ വ്യക്തമായി കാണാം. അവരെല്ലാം വിലകുറഞ്ഞ വസ്ത്രങ്ങൾ ധരിച്ച സ്ത്രീകൾ ഇരിക്കുന്ന ഭാഗത്തേക്ക് നോക്കുകയായിരുന്നു.

രണ്ട് ചങ്ങാതിമാർ വാദ്യസംഘത്തിന് പുറംതിരിഞ്ഞ് ഗ്രാന്റ്തിയെ റ്റിന്റെ നിലത്തുവിരിച്ച പരവതാനിയിലൂടെ മനോഹാരിത ആസ്വദിക്കു കയായിരുന്നു. അവരിലൊരാൾ, റോജർ സാൻഡിസ് സുഹൃത്തായ ബർനാർഡ് ഗ്രാന്റിനോട് പറഞ്ഞു. "നോക്കൂ, മാസ്കരറ്റിലെ പ്രഭി ഇപ്പോഴും എത്രമാത്രം സുന്ദരിയായിരിക്കുന്നു. അയാൾ നാടകശാലയുടെ ചില്ലുകളിലൂടെ എതിർവശത്തെ സീറ്റിലിരിക്കുന്ന സുന്ദരിയായ ആ സ്ത്രീയെ നോക്കി. അവളുടെ രൂപം ആകർഷകമായിരുന്നു. ആനക്കൊ മ്പിന്റെ നിറമുള്ള അവളുടെ വിവർണമായ ശരീരം ഒരു പ്രതിമയെപ്പോലെ കാണപ്പെട്ടു. ചെറിയ രത്നങ്ങൾ പതിച്ച അവളുടെ അലങ്കാര തലപ്പാവ് നക്ഷത്ര സമൂഹം പോലെ ശോഭിച്ചു.

കുറേനേരം നോക്കി നിന്നതിനുശേഷം ബർനാർഡ് ഗ്രാന്റിൻ തമാശ സ്വരത്തിൽ ദൃഢബോധ്യത്തോടെ പറഞ്ഞു. "അവൾ സുന്ദരിയാണെന്ന് നിങ്ങൾ വിശ്വസിച്ചുകൊള്ളുക."

"അവൾക്ക് എത്ര പ്രായമുണ്ടായിരിക്കുമെന്നാണ് നിങ്ങൾക്ക് തോന്നു ന്നത്?"

"ഒരുനിമിഷം കാത്തുനിൽക്കുക. കൃത്യമായി എനിക്ക് പറയുവാൻ സാധിക്കും. കാരണം ഞാൻ അവളെ കുട്ടിയായിരിക്കുമ്പോൾ മുതൽ അറിയുന്നതാണ്. അന്നവൾ സമൂഹത്തിൽ അറിയപ്പെട്ടിരുന്നു. അവൾക്ക് മുപ്പത്തി.... മുപ്പത്തിയാറ് വയസ്സ് കാണും."

"അത്ര ഉണ്ടാവില്ലല്ല."

"എനിക്കുറപ്പാണ്."

"അവൾക്ക് ഇരുപത്തിയഞ്ചു വയസ്സ് മാത്രമേ തോന്നുകയുള്ളൂ."

"അവൾക്ക് എത്ര കുട്ടികളുണ്ട്."

"അവൾക്ക് ഏഴു കുട്ടികളുണ്ട്."

"അത് അവിശ്വസനീയമാണ്."

"അതിലുപരി ആ എഴുപേരും ജീവിച്ചിരിപ്പുണ്ട്. അവൾ ഒരു നല്ല അമ്മയാണ്. തികച്ചും ശാന്തവും സന്തോഷകരവുമായ ആ വീട്ടിൽ ചില പ്പോഴൊക്കെ ഞാൻ പോവാറുണ്ട്. ലോകത്തിന്റെ മുമ്പിൽ ഇതാ അത്ഭു തപ്രതിഭാസം അവൾ കാണിക്കുന്നു."

"എത്ര അസാധാരണം! അവളെപ്പറ്റി യാതൊരു വർത്തകളും ഉണ്ടാ യിട്ടില്ലേ?"

"ഒരിക്കലുമില്ല."

"പക്ഷേ, അവളുടെ ഭർത്താവിനെക്കുറിച്ച് എന്താണ് പറയാനുള്ളത്."

"അയാൾ ഒരു പ്രത്യേകതരത്തിലുള്ള ആളാണ്, അല്ലേ?"

"അതെ. അവരുടെ ഇടയിൽ അപൂർവമായിട്ട് നാടകങ്ങൾ ഉണ്ടായി ട്ടുണ്ട്. കുടുംബത്തിൽ കാണുന്ന ചെറിയ നാടകമാണെന്ന് സംശയിക്കു ന്നു. അതിന്റെ യാഥാർഥ സ്ഥിതി മറ്റാർക്കും അറിയില്ല. പക്ഷേ, ആളു കൾ ചിലത് ഊഹിക്കുന്നുണ്ട്."

"അതെന്താണ്?"

"അതേക്കുറിച്ച് ഒന്നും എനിക്കറിയില്ല. മാസ്കറെറ്റ് പ്രഭു ഇപ്പോൾ അമിതസുഖഭോഗങ്ങളിൽ മുഴുകി ജീവിക്കുകയാണ്. മുമ്പ് ഒരു മാതൃ കാഭർത്താവ് ആയിരുന്നു. അപ്പോൾത്തന്നെ അയാളുടെ പെരുമാറ്റം പേടി പ്പിക്കുന്നതായിരുന്നു. അയാൾ നിന്ദിക്കപ്പെട്ടു. അതിനെ അയാൾ പ്രതി രോധിച്ചു. എന്നാൽ ഇപ്പോൾ അയാൾ അമിതസുഖഭോഗങ്ങളിൽ ജീവി ക്കുന്ന തികച്ചും വ്യത്യസ്തനായ ആളാണ്. പക്ഷേ, ഒരാൾക്ക് ഊഹി ക്കാവുന്നതേയുള്ളൂ അയാൾ എന്തോ കുടുക്കിലാണെന്ന്. ഒരു കൃമി അയാളെ കരണ്ടുതിന്നുകയാണ്. അയാൾക്ക് പ്രായം കുറേ ആയി."

അതിനുശേഷം ആ രണ്ട് സുഹൃത്തുക്കൾ അടിസ്ഥാനപരമായി ആ രഹസ്യം എന്താണെന്നതിനെക്കുറിച്ചും അതിന്റെ സ്വാഭാവികമായ പരി ണാമത്തെക്കുറിച്ചും സംസാരിച്ചു. "ഒരുപക്ഷേ ആരും കണ്ടിട്ടില്ലാത്ത ശാരീരികമായ തകരാറുകളായിരിക്കാം കുടുംബത്തിലെ പ്രശ്നങ്ങൾക്ക് പിന്നിൽ."

ആ നാടകശാലയിലെ ഗ്ലാസുകളിലൂടെ നോക്കി റോജർ സാൻഡിസ് പറഞ്ഞു. "ആ സ്ത്രീക്ക് 7 കുട്ടികളുണ്ടെന്ന് പറഞ്ഞത് അവിശ്വസനീയ മായി തോന്നുന്നു."

"അതെ; അതുതന്നെ പതിനൊന്ന് കൊല്ലത്തിനുള്ളിൽ. മുപ്പത് വയ സായപ്പോൾ പ്രസവത്തിന് വിരാമം നൽകി. അങ്ങനെ ചെയ്തത് ജീവിതം ആസ്വദിക്കാനായിരുന്നു. അതിന്റെ അന്ത്യം ഇതുവരെ ഉണ്ടായിട്ടില്ല."

"പാവം സ്ത്രീ."

"നിങ്ങൾക്ക് എന്തിന് അവളോട് സഹതാപം തോന്നണം?"

"എന്താ സുഹൃത്തേ ആലോചിച്ചു നോക്കുക. മാതൃത്വത്തിന്റെ പതി നൊന്നുവർഷം എന്തൊരു നകരം! അവളുടെ യുവത്വം, സൗന്ദര്യം, ജീവി തവിജയത്തെക്കുറിച്ചുള്ള ആശ, മാതൃകാജീവിതത്തെക്കുറിച്ചുള്ള കാവ്യാ ത്മകമായ ആദർശം. എല്ലാംതന്നെ അവൾ ഉൽപ്പാദനം എന്ന വെറുക്ക

പ്പെടുന്ന നിയമത്തിനുവേണ്ടി തൃജിച്ചു. ഇത്തരം ജീവിതം മാതൃത്വത്തിനു വേണ്ടിയുള്ള വെറും യന്ത്രമായി മാറുകയായിരുന്നു."

"അതിനെന്തുവേണം, അത് പ്രകൃതിയുടെ രീതിയല്ലേ?."

"അതെ, പ്രകൃതി നമ്മുടെ എതിരാളിയാണ്. അതിനെതിരായി നാം പോരാടണം. കാരണം പ്രകൃതി നമ്മെ മൃഗീയാവസ്ഥയിലേക്ക് കൊണ്ടു പോവുകയാണ്. നിങ്ങൾ ഒരു കാര്യം ഓർമിക്കണം. ദൈവം ഭൂമിയിൽ ഒന്നുംതന്നെ വൃത്തിയും സൗന്ദര്യവും ഉള്ള രൂപത്തിൽ സൃഷ്ടിക്കുന്നി ല്ല. മാത്രമല്ല, നമ്മുടെ ആദർശത്തിനൊത്ത അലങ്കാരമോ ചമയങ്ങളോ കൂടിയ നിലയിലും സൃഷ്ടിക്കുന്നില്ല. പക്ഷേ, മനുഷ്യന്റെ തലച്ചോറാണ് അതിന് ഭംഗിയും അന്തസ്സും ആകർഷകമായ മനോഹാരിതയും നൽകു ന്നത്. സൃഷ്ടിയുടെ അറിയപ്പെടാത്ത കവികൾ അതിനെ പ്രകീർത്തി ക്കുന്നു. അതിനെ വിശദീകരിക്കുമ്പോൾ അബദ്ധങ്ങൾ കാണിക്കുന്നു. പ്രകൃതിയുടെ വിവിധങ്ങളായ പ്രതിഭസങ്ങളിലടങ്ങിയ ഭംഗിയും സൗന്ദ ര്യവും അറിയപ്പെടാത്ത വശ്യതയും, ഗൂഢതയും അവരാണ് വ്യക്തമാ ക്കുന്നത്.

ദൈവം ജീവികളെ പരുക്കനായി സൃഷ്ടിക്കുന്നു. രോഗാണുക്കൾ മുഴുവനും നിറഞ്ഞതാണ്. കുറച്ച് കൊല്ലങ്ങൾക്കുശേഷം മൃഗീയങ്ങളായ ആനന്ദമെല്ലാം അനുഭവിച്ചതിൽ പിന്നെ മനുഷ്യർ വൃദ്ധരും, ദുർബലരും ആയി മാറുന്നു. വംശവർധനയ്ക്കു വേണ്ടി ഉൾപ്രേരണയെന്ന വണ്ണം സന്താനോൽപ്പാദനം നടത്തുകയെന്ന ലക്ഷ്യത്തിനുവേണ്ടി മാത്രമാണ് ദൈവം സൃഷ്ടി നടത്തുന്നത്. അങ്ങനെ ജനിക്കുന്നവർ അൽപ്പായുസു കളായി പൊലിഞ്ഞുപോകുന്നു. ഞാൻ ഉറപ്പിച്ചു പറയുന്നു അറപ്പുതോ ന്നുന്ന വിധത്തിലാണ് വംശവർധന നടക്കുന്നത്. സന്താനോൽപാദനമെ ന്നതിനെക്കാൾ വെറുപ്പുളവാക്കുന്നതും നീചവുമായ മറ്റെന്താണുള്ളത്. ഇതിനെതിരായി മൃദുലചിത്തരായ ആളുകൾ എന്നും ക്ഷോഭിച്ചിലകിയി ട്ടുണ്ട്. മിതവ്യയശീലനും ഉൾപ്പുകയുള്ളവനുമായ സൃഷ്ടികർത്താവ് എല്ലാവിധ അവയവങ്ങളും സൃഷ്ടിച്ചത് ചില പ്രത്യേക കാര്യങ്ങൾ നിർവ ഹിക്കുവാനാണ്. ഭക്ഷണം വഴി ശരീരം പുഷ്ടിപ്പെടുത്തുന്നു. വായ സംസാ രവും ചിന്തയും വ്യാപിപ്പിക്കുവാനും സഹായിക്കുന്നു. നമ്മുടെ മാംസം സ്വയം പുനർജനിക്കുകയും അതേസമയം ആശയങ്ങൾ പ്രകാശിപ്പിക്കു കയും ചെയ്യുന്നു. മണത്തറിയുവാനുള്ള മൂക്ക് ശ്വാസകോശത്തിലേക്ക് ജീവസന്ധാരണത്തിനാവശ്യമായ പ്രാണവായു എത്തിക്കുന്നു. ലോക ത്തിലെ എല്ലാ സുഗന്ധവും തലച്ചോറിലേക്ക് എത്തിക്കുന്നതും മൂക്കു തന്നെ. പുഷ്പം, കാനനം, വൃക്ഷം, സാഗരം ഇവയെല്ലാം തന്നെ സൃഷ്ടി ക്കുവാനും, സംഗീതം കണ്ടുപിടിക്കുവാനും, സ്വപ്നങ്ങൾ കാണുവാനും സുഖം നിലനിർത്തുവാനും വേണ്ടത് ദൈവം ചെയ്യുന്നു.

ഒരു കാര്യം പറയേണ്ടിയിരിക്കുന്നു. സൃഷ്ടികർത്താവ് ആണും പെണ്ണും തമ്മിലുള്ള ബന്ധങ്ങളെ മഹത്വൽക്കരിക്കുകയും ആദർശവ ൽക്കരിക്കുകയും ചെയ്യുന്നില്ല. എന്നിരുന്നാലും മനുഷ്യൻ പ്രേമം കണ്ടെ

ത്തി. കവിതകൾ പ്രേമം വാഴ്ത്തി. പക്ഷേ, സ്ത്രീ താൻ പുരുഷന് വിധേ
യയായിരിക്കേണ്ടതാണെന്ന വസ്തുത സ്വയം ചിലർ മയപ്പെടുത്തലുകളെ
ക്കൂടി കാമാസക്തിയായി കണ്ടു. അത് നോക്കി ദൈവം ചിരിക്കുന്നു.

പക്ഷേ, സാധാരണ സ്ത്രീകൾ നിയമത്താൽ ബന്ധിക്കപ്പെട്ടതാ
ണെന്ന ധാരണയിൽ കുട്ടികളെ പ്രസവിക്കുന്നു."

"ആ സ്ത്രീയെ നോക്കുക. അത്തരമൊരു രത്നം; ഒരു മുത്ത്
സൗന്ദര്യത്തിനും പ്രശംസയ്ക്കും അർഹമായ സ്ത്രീജീവിതത്തിന്റെ പതി
നൊന്നു വർഷം മസ്കരറ്റ് പ്രഭുവിന് അവകാശികളെ നൽകിയെന്നത്
വെറുക്കത്തക്കതായ കാര്യമല്ല."

ബർനാഡ് ഗ്രാന്റിൻ ചിരിച്ചു കൊണ്ട് പറഞ്ഞു. "അതിലെല്ലാം
ധാരാളം സത്യമുണ്ട്. പക്ഷേ, വളരെക്കുറച്ച് ആളുകൾക്കുമാത്രം
ഇതൊന്നും മനസിലാവുകയില്ല, സാൻഡിസ്." പക്ഷേ, സാൽഡിസ് കൂടു
തൽ കൂടുതൽ ഉത്തേജകനായി. "നിങ്ങൾക്കറിയാമോ ഞാൻ ദൈവത്തെ
എങ്ങനെ ചിത്രീകരിക്കുന്നുവെന്ന്. ദൈവം അപാരമായ സൃഷ്ടിക്ക് കഴി
വുള്ള കർമനിരതനായ ശക്തിയാണ്. ഒരു കടലിൽ മത്സ്യം മുട്ടയിടുന്നതു
പോലെ ദൈവം ലക്ഷക്കണക്കിന് ലോകങ്ങളെ ശൂന്യാകാശത്തിൽ വിത
റുന്നു. അങ്ങനെ ചെയ്യുന്നത് ദൈവം എന്ന നിലയിൽ അവന്റെ കടമയാ
ണ്. എന്താണ് ചെയ്യുന്നതെന്ന് ദൈവം അറിയുന്നില്ല. അവൻ സൃഷ്ടി
യെന്ന തന്റെ ജോലിയിൽ കണക്കില്ലാത്തവിധം ഉൽപ്പാദനം നടത്തുന്നു.
അതിന്റെ പലവിധം കൂട്ടിയോജിപ്പുകളെക്കുറിച്ച് അവൻ അജ്ഞനാണ്.
മനുഷ്യന്റെ ചിന്ത പ്രാദേശികവും ആകസ്മികവുമാണ്. അത് മുൻകൂട്ടി
കാണാൻ കഴിയുകയില്ല. എന്ന് വേണമെങ്കിലും ഭൂമിയിൽ നിന്ന് അപ്ര
ത്യക്ഷമാവുന്ന സംഗതിയാണ്. പക്ഷേ, അതേരൂപത്തിലോ പുതിയ രൂപ
ത്തിലോ വ്യത്യസ്തമായ രീതിയിലോ സംഭവിക്കുന്ന ദൈവത്തിന്റെ
ബുദ്ധിപരമായ കഴിവിന്റെ ആകസ്മിക സംഭവമായി കാണപ്പെടുന്നതി
നോടാണ് നാം കടപ്പെട്ടിരിക്കുന്നത്. അത് നമുക്കുവേണ്ടി സൃഷ്ടിക്കുന്ന
തല്ല. നമ്മെ സ്വീകരിക്കുവാൻ തയാറെടുക്കുന്നതുമല്ല, അതുകൊണ്ടാണ്
നമുക്കുവേണ്ടി സൃഷ്ടിക്കപ്പെടാത്ത ഈ ലോകത്ത് നാം വളരെ അസ്വ
സ്ഥരായിരിക്കുന്നത്. നമ്മെ തീറ്റുവാനോ നമുക്ക് സംതൃപ്തി നൽകു
വാനോ സാധിക്കുന്നതല്ല, ദൈവത്തിന്റെ സംവിധാനം. ഇതിനെതിരായ
അവിരാമമായ പോരാട്ടമാണ് പരിഷ്കൃതരായി തീരുമ്പോൾ നാം നട
ത്തുന്നത്."

സാൻഡിസിന്റെ അതിശയകരമായ ബഹിർസ്പുരണം അറിയാവുന്ന
ബർനാഡ് പറഞ്ഞു.

"സ്വാഭാവികമായും തലച്ചോറിലെ ഞരമ്പുകേന്ദ്രങ്ങളുടെ യാദൃശ്ചി
കമായ നിർവഹണമാണത്. പുതിയ രാസയോഗത്തിന്റെ ഫലമായുള്ള
കാണാൻ കഴിയാത്ത രാസപ്രവർത്തനമാണത്. അഥവാ സംഘർഷം
കൊണ്ടോ ഏതെങ്കിലും വസ്തുവിന്റെ പ്രതീക്ഷിക്കാത്ത സാമീപ്യം
കൊണ്ടോ ഉണ്ടാവുന്ന വിദ്യുച്ഛക്തിയാണത്. അനശ്വരവും ഫലപ്രദവു
മായ ഒരു ജീവനുള്ള വസ്തുവിന്റെ പ്രതിഭാസം പോലെയാണത്."

"പക്ഷേ, സുഹൃത്തേ, ഇതിന്റെ സത്യം ചുറ്റുപാടും നോക്കിയാൽ ആർക്കും മനസിലാക്കാവുന്നതാണ്. സർവ വ്യാപിയായ ഈശ്വരൻ ഉദ്ദേ ശിച്ചതുപോലെയാണ് ഈ ലോകം സൃഷ്ടിക്കപ്പെടുന്നതെന്ന് കരുതുക. എന്നാൽ ഇന്ന് കാണുന്നതുപോലെ അസുഖകരമായ താമസസ്ഥലം ഇവി ടുത്തെ പാവപ്പെട്ട വിഡ്ഢികൾക്കുവേണ്ടി സൃഷ്ടിച്ചതെന്തിനാണ്. ചെടി കളും മരങ്ങളും വളരുന്നതും പാറയുള്ളതുമായ ഗോളാകൃതിയിലുള്ള ഈ ലോകം ആലോചനയില്ലാതെ നമുക്കുവേണ്ടി സൃഷ്ടിച്ചതെന്തിനാ ണ്! ഗുഹകളിലും മരച്ചുവടുകളിലും നഗരായി ജീവിക്കുവാൻ വേണ്ടി എന്തിനാണ് നമ്മെ സൃഷ്ടിച്ചത്? പക്ഷേ, ഒരുനിമിഷം ചിന്തിച്ചാൽ നമുക്ക് മനസിലാവും. നമ്മെപ്പോലെയുള്ള ജീവികൾക്കുവേണ്ടിയല്ല ഈ ഭൂമി സൃഷ്ടിച്ചതെന്ന്.

ശരീരത്തിലെ കോശങ്ങളും ഞരമ്പുകളും തലച്ചോറും കൂടി ദുർബല വും മനസിലാക്കാനാകാത്തതുമായ പ്രതിഭാസമായി വികസിച്ചതിന്റെ നികൃഷ്ടജീവികളായി മാറ്റുന്നു.

ഈ ഭൂമി നോക്കുക. ഇവിടെ വസിക്കുന്നവർക്കു വേണ്ടിയാണ് ദൈവം ഇത് നൽകിയത്. മൃഗങ്ങൾക്കുവേണ്ടിയാണ് മരങ്ങൾ നിറഞ്ഞ ഈ ഭൂമി സൃഷ്ടിക്കപ്പെട്ടത്. നമുക്ക് എന്താണ് തന്നിട്ടുള്ളത്? ഒന്നുംത ന്നെയില്ല. എല്ലാം മൃഗങ്ങൾക്കുവേണ്ടി. അവയ്ക്ക് ഒന്നും ചെയ്യുവാനില്ല. തിന്നുകയും വേട്ടയാടുകയും അന്യോന്യം കൊല്ലുകയും എല്ലാം അവ രുടെ സഹജ വാസനയ്ക്കനുസരിച്ച് ചെയ്യാവുന്നതാണ്. ദൈവം ഒരി ക്കലും സൗമ്യതയും സമാധാനപരമായ പെരുമാറ്റവും അവരിൽ നിന്ന് പ്രതീക്ഷിക്കുന്നില്ല. അന്യോന്യം കൊല്ലുകയും തിന്നുകയും ചെയ്യുന്ന ആ ജീവികളുടെ മരണം മാത്രമേ ദൈവം മുൻകൂട്ടി നിശ്ചയിക്കുന്നുള്ളൂ. കാടപ്പക്ഷികൾ, മാടപ്രാവുകൾ, ചെറിയ കുരുവികൾ എന്നിവ കഴുകന്റെ ഭക്ഷണമല്ലേ? ആട്, മാൻ, കാള എന്നിവയുടെ മാംസം വന്യജീവികൾ സുഭിക്ഷമായി തിന്നുന്നില്ലേ?

നമ്മളെപ്പോലെ കൂടുതൽ സംസ്കാരസമ്പന്നരും കൂടുതൽ ബുദ്ധി യുള്ളവരുമായ ആളുകൾ സഹജമായ മൃഗീയസ്വഭാവം ജയിക്കേണ്ടിയി രിക്കുന്നു. ദൈവം നമ്മിൽ നിന്ന് പ്രതീക്ഷിക്കുന്നതും അതുതന്നെ. മനു ഷ്യർ മൃഗങ്ങളാണെന്ന വിധി മറികടക്കുവാനാണ് നാം നല്ല വീടുകളും, ഭക്ഷണം, മധുരം, വിവിധതരം പാനീയങ്ങൾ, വസ്ത്രം, ആഭരണം, കിട ക്ക, പരവതാനികൾ, വണ്ടികൾ തീവണ്ടികൾ കണക്കില്ലാത്ത യന്ത്രങ്ങൾ എന്നിവയും അവയ്ക്കുപുറമെ കലയും ശാസ്ത്രവും, കവിതയെഴുത്തും കൂടി ഉണ്ടാക്കിയിട്ടുള്ളത്. ഏത് ആദർശവും നമ്മിൽനിന്ന് ഉണ്ടാവുന്നു. അതുപോല നമ്മുടെ നിലനിൽപ്പ് വളരെ ലളിതമാക്കുവാൻ നാം ശ്രമി ക്കുന്നു. ദൈവം നമ്മിൽ നിന്ന് പ്രതീക്ഷിക്കുന്നതും അതുതന്നെ. ജീവിതം കഠിനമല്ലാത്തതും മുഷിപ്പിക്കാത്തതും ആക്കുവാനാണ് നമ്മൾ ശ്രദ്ധി ക്കേണ്ടത്.

ഈ നൃത്തമന്ദിരം തന്നെ കാണുക. ഇത് നാം തന്നെ സൃഷ്ടിച്ച ലോകമല്ലേ? നമ്മുടെ മനസ്സ് സൃഷ്ടിച്ചതാണത്. നാം ആകുന്ന മൃഗ ത്തിന്റെ സംതൃപ്തിയില്ലാത്തതും വിശ്രമമില്ലാത്തതുമായ ജീവിതത്തെ ജയിക്കുവാൻ വേണ്ടിയാണ്.

നിങ്ങൾ ആ സ്ത്രീയെ, മാസ്കരറ്റ് പ്രഭിയെ നോക്കുക. ദൈവം അവളെ സൃഷ്ടിച്ചത് ഗുഹയിൽ നഗ്നയായി ജീവിക്കുവാനോ മൃഗങ്ങ ളുടെ തോൽ പുതച്ചുകൊണ്ട് ജീവിക്കുവാനോ ആണ്. പക്ഷേ, ഇന്നവൾ മെച്ചപ്പെട്ട സ്ഥിതിയില്ലേ? അവളെപ്പററി സംസാരിക്കുമ്പോൾ ആർക്കെ ങ്കിലും അറിയാമോ എന്തുകൊണ്ടാണ് മൃഗമായ അവളുടെ ഭർത്താവ് തന്റെ അടുത്ത് ഇത്രമാത്രം നല്ല കൂട്ടുകാരി ഉണ്ടായിട്ടും അവളെ വിട്ട് ചീത്ത സ്ത്രീകളുടെ പിന്നാലെ ഓടിപ്പോയത്;"

ബർനാഡ് മറുപടിയായി പറഞ്ഞു:

"പ്രിയ സുഹൃത്തേ ഒരു പക്ഷേ, ഇതായിരിക്കും ഏക കാരണം. ഒടുവിൽ അവളുടെ കൂടെ എന്നും താമസിക്കുന്നത് കൂടുതൽ ചെലവു ള്ളതായിരിക്കും. ഗാർഹികമായ സാമ്പത്തിക വിഷമം കാരണം അയാൾ അങ്ങനെയൊരു നിഗമനത്തിൽ എത്തിയതായിരിക്കും."

അപ്പോഴേക്കും മൂന്നാം രംഗത്തിനുവേണ്ടി യവനിക ഉയർന്നു. അവർ തിരിഞ്ഞ് തൊപ്പിയെടുത്ത് ഇരുന്നു.

4

മാസ്കരറ്റ് പ്രഭുവും പ്രഭിയും അവരുടെ കുതിരവണ്ടിയിൽ അടു ത്തടുത്ത് ഇരിക്കുകയായിരുന്നു. സംഗീതനാടകം കണ്ട് മടങ്ങുന്ന അവർ ഒന്നും തന്നെ അന്യോന്യം സംസാരിച്ചില്ല. പെട്ടെന്ന് ഭർത്താവ് ഭാര്യയെ വിളിച്ചു.

"ഗാബ്രിയേൽ"

"നിങ്ങൾക്ക് എന്തുവേണം"

"ഇത് വളരെക്കാലമായി തുടർന്നു വരുന്നതാണെന്ന് തോന്നു ന്നില്ലേ?"

"എന്ത്?"

"കഴിഞ്ഞ ആറ് വർഷമായി എന്നെ ശിക്ഷയ്ക്ക് വിധേയനാക്കിയ ത്?"

"നിങ്ങൾക്കെന്തുവേണം? എനിക്ക് ഒന്നും ചെയ്യുവാനില്ല"

"എന്നാൽ എന്നോട് പറയു; അതിലേതാണ് എന്റേതല്ലാത്ത കുട്ടി?"

"ഒരിക്കലും പറയുകയില്ല."

"ചിന്തകൊണ്ട് എന്റെ ഹൃദയം മരവിച്ചിരിക്കുകയാൽ, കുട്ടികളെ കാണുവാനും അവരെ ലാളിക്കുവാനും കഴിയുന്നില്ല. നിനക്ക് മാപ്പുതരാ മെന്നും മറ്റുള്ളവരെപ്പോലെ ആ കുട്ടിയെയും കാണക്കാക്കാമെന്നും ഞാൻ നിന്നോട് സത്യം ചെയ്യുന്നു"

"അത് പറയുവാൻ എനിക്ക് അവകാശമില്ല."

"നീ കാണുന്നില്ലേ, ജീവിതം എനിക്ക് അസഹ്യമായി തീർന്നുവെ ന്ന്. ഈ ചിന്ത എന്നെ ക്ഷീണിപ്പിക്കുന്നു. ഞാൻ ഈ ചോദ്യം എന്നോടു തന്നെ പലപ്പോഴും ചോദിക്കുന്നു. ഈ ചോദ്യം എന്നെ വേദനിപ്പിക്കു ന്നു. അത് എന്നെ ഭ്രാന്തനാക്കുന്നു."

"അപ്പോൾ നിങ്ങൾ വളരെയധികം വിഷമിച്ചിരിക്കും."

"ഭയങ്കരമായി. ഞാൻ അനുഭവിക്കുന്നത് കഠിനമായി മാനസിക യാത നയാണ്. അവിടെത്തന്നെ താമസിച്ച് അവരെ സ്നേഹിക്കാതെ കഴിയ ണമോ? നീ എന്നോട് പെരുമാറിയത് വെറുപ്പോടെയാണ്. നിനക്കറിയാം എന്റെ ഹൃദയത്തിലെ സ്നേഹം മുഴുവൻ അവർക്കാണ് നൽകിയതെന്ന്. അവർക്ക് ഞാൻ പഴയ അച്ഛൻ തന്നെ. ഞാൻ നിനക്ക് ഭർത്താവാണ്. ഞാൻ ഒരു കാര്യം തുറന്നുപറയാം. നീ മറ്റൊരു വർഗത്തിൽ പെട്ട പെണ്ണാ ണ്. നിന്റെ ആത്മാവ് വ്യത്യസ്തമാണ്. നിനക്ക് നിന്റേതായ മറ്റ് ആവ ശ്യങ്ങൾ ഉണ്ട്. ഓ, നീ പറഞ്ഞ കാര്യം ഞാൻ ഒരിക്കലും മറക്കുകയില്ല. പക്ഷേ, ആ ദിവസം മുതൽ നിന്നെയോർത്ത് ഞാൻ വിഷമിച്ചിട്ടില്ല.

നിന്നെ ഞാൻ കൊന്നിട്ടില്ല. കാരണം എനിക്ക് നമ്മുടെ കുട്ടികളിൽ അതായത് നിന്റെ കുട്ടികളിൽ ഏതാണ് എന്റേതല്ലാത്തതെന്ന് കാണു വാൻ മറ്റ് മാർഗങ്ങളൊന്നുമില്ല. ഞാൻ കാത്തുനിന്നു. നീ പ്രതീക്ഷിച്ച തിലും കൂടുതൽ ഞാൻ വേദനിച്ചു. എനിക്ക് അവരെ സ്നേഹിക്കുന്നതി നെപ്പറ്റി ചിന്തിക്കുവാൻ കഴിയുന്നില്ല. ഒരുപക്ഷേ, മൂത്ത രണ്ട് കുട്ടികൾ ഒഴികെ മറ്റുള്ളവരും വിളിക്കുവാനും ചുംബിക്കുവാനും മടിയിൽ ഇരുത്തു വാനും തുടങ്ങുമ്പോൾ ഞാൻ സ്വയം ചോദിക്കുന്നു. ഇതായിരിക്കുമോ. കഴിഞ്ഞ ആറുമാസം ഞാൻ നിന്നോട് ശരിയായാണ് പെരുമാറിയത്. ഭയ ത്തോടും ഉപചാരശീലത്തോടുംകൂടി മാത്രമെ പെരുമാറിയിട്ടുള്ളൂ. ഞാൻ നിന്നോട് സത്യം ചെയ്യുന്നു നിർഭയമായി നിന്നോടൊരിക്കലും പെരുമാ റുകയില്ലെന്ന്"

ആ കുതിരവണ്ടിയിലെ ഇരുട്ടിൽ അവളെ നോക്കിയപ്പോൾ അയാൾക്ക് തോന്നിയത് അവളിൽ ചില മാറ്റങ്ങൾ ഉണ്ടായിട്ടുണ്ടെന്നും അവസാനം അവൾ പറയുമെന്നുമാണ്. ഒടുവിൽ അയാൾ പറഞ്ഞു. "ഞാൻ നിന്നോട് യാചിക്കുന്നു, കേണപേക്ഷിക്കുന്നു, എന്നോട് പറയൂ."

"ഒരുപക്ഷേ നിങ്ങൾ വിചാരിക്കുന്നതിലും കൂടുതൽ ഞാൻ കളങ്കി തയായിരിക്കാം." അവൾ പറഞ്ഞു."തുടർച്ചയായ ഗർഭധാരണം എനിക്ക് സഹിക്കാൻ കഴിയുന്നതിലും അപ്പുറമായിരുന്നു. കിടക്കയിൽ നിന്ന് നിങ്ങളെ മാറ്റുവാൻ ഒരു വഴിമാത്രമാണ് ഞാൻ കണ്ടത്. ഞാൻ ദൈവ ത്തോട് കളവു പറഞ്ഞു. കുട്ടികളുടെ തലയിൽ കൈവച്ച് കളവ് പറ ഞ്ഞു. ഞാൻ ഒരിക്കലും നിങ്ങളോട് തെറ്റ് ചെയ്തിട്ടില്ല."

അന്നത്തെ ഭയങ്കരമായ രാത്രിയിൽ ചെയ്തതുപോലെ അയാൾ അവ ളുടെ കൈയ് ബലമായി പിടിച്ചുകൊണ്ട് പിറുപിറുത്തു.

"അത് ശരിയാണോ?"

അയാൾ അസഹ്യമായ ദുഃഖത്തോടെ പറഞ്ഞു. ഒരിക്കലും അവ സാനിക്കാത്ത പുതിയ സംശയം അയാളിൽ ഉടലെടുത്തു.

"നീ പറഞ്ഞതിൽ ഏതാണ് കളവ്? ആദ്യം പറഞ്ഞതോ ഇപ്പോൾ പറഞ്ഞതോ? നിന്നെ എങ്ങനെയാണ് ഇപ്പോൾ വിശ്വസിക്കാൻ കഴിയുക. നീ എന്താണ് ചിന്തിക്കുന്നതെന്ന് മനസിലാവുന്നില്ല. നിനക്ക് എന്നോട് പറയാമായിരുന്നില്ലേ. ആ കുട്ടി ജാക്യൂസാണ്. അല്ലെങ്കിൽ ജീനോ ആണ് എന്ന്?"

കുതിരവണ്ടി അവരുടെ ബംഗ്ലാവിന്റെ മുറ്റത്തെത്തി. പ്രഭു ഭാര്യയുടെ കൈയിൽ പിടിച്ച് ഇറങ്ങാൻ സഹായിച്ചു. അയാൾ പറഞ്ഞു. "കുറച്ചു നിമിഷം കൂടി ഞാൻ നിന്നോട് സംസാരിക്കട്ടെ?"

അവൾ പറഞ്ഞു. "എനിക്ക് തികച്ചും സമ്മതമാണ്."

അവർ ചെറിയ സ്വീകരണമുറിയിലേക്ക് പോയി. അത്ഭുതത്തോടെ പരിചാരികമാർ മെഴുകുതിരി കത്തിച്ചു. വേലക്കാർ പോയതിനുശേഷം അവർ മാത്രമായി. അയാൾ തുടർന്നു:

"എനിക്ക് എങ്ങനെയാണ് സത്യം അറിയുവാൻ സാധിക്കുക?"

"ഞാൻ ഒരായിരം പ്രാവശ്യം നിന്നോട് പറഞ്ഞു. സത്യം വെളിപ്പെ ടുത്തുവാൻ. പക്ഷേ നീ ഒന്നും മിണ്ടുന്നില്ല. നീ പറയുന്നത് വിശ്വസിക്കു വാൻ സാധിക്കുന്നില്ല. നീ പിടിച്ച പിടിയിൽത്തന്നെ നിന്നു. ഇപ്പോൾ നീ പറയുന്നു കളവാണ് പറഞ്ഞതെന്ന്. കഴിഞ്ഞ ആറു വർഷമായി ഞാൻ അതുവിശ്വസിച്ചുവരികയായിരുന്നു. ഇപ്പോഴും നീ കളവ് പറയുകയാണ്. എന്തുകൊണ്ടാണെന്ന് എനിക്കറിയില്ല ഒരുപക്ഷേ എന്നോട് ദയ തോന്നി യിട്ടായിരിക്കും."

അവൾ ആത്മാർഥതയും ബോധ്യപ്പെടുത്തുന്നതുമായ രീതിയിൽ പറഞ്ഞു. "ഞാൻ അങ്ങനെ ചെയ്തില്ലായിരുന്നെങ്കിൽ കഴിഞ്ഞ ആറു കൊല്ലത്തിനുള്ളിൽ നാലു കുട്ടികൾ കൂടി ഉണ്ടാകുമായിരുന്നു."

അയാൾ അത്ഭുതത്തോടെ പറഞ്ഞു. "ഒരമ്മയ്ക്ക് ഇങ്ങനെ സംസാ രിക്കുവാൻ പറ്റുമോ?"

"ഓ" അവൾ പറഞ്ഞു. "എനിക്ക് ജനിക്കാത്ത കുട്ടികളുടെ അമ്മ യാവാത്തതിൽ ഒരിക്കലും വിഷമമില്ല. എനിക്ക് ഇപ്പോഴുള്ള കുട്ടികളുടെ മാത്രം അമ്മയായാൽ എന്റെ മുഴുവൻ ഹൃദയത്തോടുകൂടി ഞാൻ അവരെ സ്നേഹിച്ചു കൊള്ളും. ഞങ്ങൾ പരിഷ്കൃത സമൂഹത്തിൽപ്പെട്ട സ്ത്രീക ളാണ്. കൂടുതൽ പ്രസവിക്കുന്ന സ്ത്രീകളാവാൻ ആഗ്രഹിക്കുന്നില്ല. അങ്ങനെ കുട്ടികളെക്കൊണ്ട് ഭൂമി നിറയ്ക്കുവാൻ വിചാരിക്കുന്നില്ല."

അയാൾ എഴുന്നേറ്റ് അവളുടെ കൈ പിടിച്ച് പറഞ്ഞു:

"ഗാബ്രിയേൽ, ഒരു വാക്കുമാത്രം. എന്നോട് സത്യം പറയൂ."

"നിങ്ങളെ ഞാൻ ഒരിക്കലും വഞ്ചിട്ടില്ലെന്ന് നിങ്ങളോട് പറഞ്ഞല്ലോ"

അയാൾ അവളുടെ മുഖത്ത് നോക്കി. തണുത്ത രാത്രിപോലെയുള്ള ചാരനിറത്തിലുള്ള കണ്ണുകളോടു കൂടിയ അവൾ എത്ര സുന്ദരിയാണ്! വെളിച്ചം കടക്കാത്ത ആ നിശീഥിനിയിൽ, അവളുടെ കറുത്ത മുടിയിൽ

രത്നഖചിതമായ മകുടം താരസമൂഹം പോലെ തിളങ്ങി. അപ്പോൾ അയാ ളുടെ അന്തരാത്മാവിൽ തോന്നിയത് ഈ മനോഹരാംഗി വിസ്മൃതിയിൽ മറയേണ്ടവളല്ലെന്നാണ്. ഇതുപോലെയുള്ള സ്ത്രീകൾ അവരുടെ പ്രാകൃ തവും ദൈവികവുമായ അവസ്ഥയിൽ നിന്ന് ഉയർന്നുവന്ന സൗന്ദര്യധാ മമാണ്. അതുപോലെയുള്ള സ്ത്രീകളെ ചിലപ്പോൾ കാണാം. അവർ സ്വപ്നത്തിൽ മാത്രം വിടർന്നു വരുന്നവരാണ്. അവളുടെ ഭർത്താവ് അവ ളുടെ മുമ്പിൽ എല്ലാ ധാരണകളും തിരുത്തിക്കൊണ്ട് നിന്നു. ഒടുവിൽ അയാൾ പറഞ്ഞു:

"ഞാൻ നിന്നെ വിശ്വസിക്കുന്നു. കാരണം ഈ നിമിഷം എനിക്ക് തോന്നുന്നത് നീ കളവ് പറയുകയല്ലെന്നാണ്. ഇതുവരെ ഞാൻ മറിച്ചാണ് ധരിച്ചിരിക്കുന്നത്."

അവൾ കൈ ഭർത്താവിന്റെ നേരെ നീട്ടി പറഞ്ഞു: "എന്നാൽ നാം ഇനി സ്നേഹിതന്മാരാണ്."

അയാൾ അവളുടെ കൈയിൽ ചുംബിച്ചുകൊണ്ട് പറഞ്ഞു: "നാം സുഹൃത്തുക്കളാണ്, ഗാബ്രിയേൽ, നമസ്ക്കാരം!"

പിന്നീട് അയാൾ പുറത്തുപോയി അവളെ നോക്കിക്കൊണ്ടിരിക്കു മ്പോൾ അയാൾക്കു തോന്നി അവൾ അപ്പോഴും സുന്ദരിയാണെന്ന്. അയാ ളിൽ അസാധാരണമായ വികാരം ഉടലെടുത്തു. അത് സാധാരണ പ്രേമ ത്തേക്കാളും തീവ്രമായ വികാരമായിരുന്നു.

3

നിലാവെളിച്ചം

മാഡം ജൂലി റൌ അവളുടെ മൂത്ത സഹോദരിയായ മാഡം ഹെന്റിങ് ലെത്തോറയെ കാത്തുനിൽക്കുകയായിരുന്നു. അവൾ സ്വിറ്റ്സർലന്റിലേക്കുള്ള യാത്ര കഴിഞ്ഞ് തിരിച്ചെത്തുകയായിരുന്നു.

മാഡം ഹെന്റിങ് ആ വീട്ടിൽനിന്നും പോയത് അഞ്ച് ആഴ്ചകൾക്ക് മുമ്പായിരുന്നു. കാൽവാഡോസിലെ എസ്റ്റേറ്റിൽ തനിച്ചു പോകാൻ അവളുടെ ഭർത്താവിന് അനുവാദം നൽകിയതിനു ശേഷം പാരീസിലെ സഹോദരിയുടെ കൂടെ കുറച്ചുദിവസം ചെലവാക്കുവാൻ വേണ്ടി വരുന്നതാണ്. രാത്രിയായി സന്ധ്യാവെളിച്ചത്തിലെ നിഴലുകളിൽ ഇരുട്ടായ സ്വീകരണ മുറിയിൽ മാഡം അശ്രദ്ധമായ രീതിയിൽ വായിച്ചുകൊണ്ടിരിക്കുകയായിരുന്നു. ഏതോ ശബ്ദം കേട്ടപ്പോൾ അവൾ കണ്ണുകളുയർത്തി നോക്കി.

ഒടുവിൽ വാതിൽക്കൽ ഒരു മുട്ടുകേട്ടു. യാത്രയ്ക്കുപയോഗിക്കുന്ന മേൽക്കുപ്പായം ധരിച്ച് അവളുടെ സഹോദരി മാഡം ലെത്തോറ കടന്നു വന്നു. അന്യോന്യം ആലിംഗനം ചെയ്യുന്നതിനു മുമ്പായി ഔപചാരിക മായ അഭിവാദ്യങ്ങളൊന്നും കൂടാതെ അവൾ ഹൃദ്യമായി കൈകൊണ്ട് കസേര പിടിച്ചു. അതിനുശേഷം അവരുടെ ആരോഗ്യത്തെപ്പറ്റിയും കുടും ബവിശേഷങ്ങളെക്കുറിച്ചും സംസാരിച്ചു.

ഇപ്പോൾ തികച്ചും ഇരുട്ട് വന്നു. മാഡം ജൂലി റൌ ഒരു വിളക്കിനു വേണ്ടി വിളിച്ചു. അവൾ സഹോദരിയുടെ മുഖം സൂക്ഷ്മമായി നിരീക്ഷി ച്ചു. ഒന്നുകൂടി ആലിംഗനം ചെയ്യുന്നതിനു മുമ്പുതന്നെ ചേച്ചിയുടെ രൂപം കണ്ടപ്പോൾ അനുജത്തിക്ക് അത്ഭുതം തോന്നി. മാഡം ലെത്തോറയുടെ നെറ്റിത്തടത്തിന്റെ രണ്ടു ഭാഗത്തും വെളുത്ത മുടിച്ചുരുളുകൾ കണ്ടു. അവളുടെ ബാക്കുമുടി മിനുമിനുത്ത കാക്കക്കറുപ്പുള്ളതായിരുന്നു. പക്ഷേ തലയുടെ രണ്ടുഭാഗത്തും വെള്ളിനിറമുള്ള രണ്ടു അരുവികൾ പോലെ

നരച്ചമുടി കാണാമായിരുന്നു. അവൾക്ക് ഇരുപത്തിനാലു വയസ്സ് മാത്രമേ പ്രായമായിട്ടുള്ളൂ. അവൾ സ്വിറ്റ്സർലന്റിലേക്ക് പോയതിനുശേഷമാണ് ഈ മാറ്റമുണ്ടായത്. നിന്ന സ്ഥലത്തുനിന്ന് അനങ്ങാതെ മാഡം റൌ അത്ഭുതത്തോടെ നോക്കി. ഏതോ അജ്ഞാതവും ഭയങ്കരവുമായ നാശ നഷ്ടം തന്റെ സഹോദരിക്ക് സംഭവിച്ചിട്ടുണ്ടെന്ന് തോന്നി.

"നിങ്ങൾക്കൊക്കെ എന്താണ് പറ്റിയത്, ഹെന്റീങ്?"

ഒരു ഹൃദ്രോഗിയുടേതു മാതിരിയുള്ള ദുഃഖകരമായ പുഞ്ചിരിയോടെ അവൾ മറുപടി പറഞ്ഞു.

"ഒന്നുമില്ല. സത്യമാണ്. എന്റെ നരച്ചമുടി കണ്ടിട്ടാണോ പറയുന്നത്?"

പക്ഷേ, മാഡം റൌ അവളുടെ സഹോദരിയുടെ ചുമൽ ഗൗരവ മായി പരിശോധിച്ചതിനുശേഷം പറഞ്ഞു. "എന്തുപറ്റി? എന്താ? എന്താണ് കാര്യം? എന്താണ് ഉണ്ടായത്? നിങ്ങൾ കളവുപറയുകയാണെങ്കിൽ ഞാനത് കണ്ടുപിടിക്കും."

അവർ അന്യോന്യം നോക്കിനിന്നു. മാഡം ഹെന്റീങ് വളരെ ദുഃഖി തയായി കാണപ്പെട്ടു. അവൾ മോഹാലസ്യത്തിന്റെ ഘട്ടത്തിലെത്തിക്ക ഴിഞ്ഞിരുന്നു. അവളുടെ കണ്ണുകളിൽ കണ്ണുനീർ കാണാറായി. അവളുടെ സഹോദരി ചോദിച്ചു കൊണ്ടേയിരുന്നു. "എന്താണ് കാര്യം? എന്നോട് പറയൂ."

അപ്പോൾ പതിഞ്ഞ സ്വരത്തിൽ അവൾ മന്ത്രിച്ചു.

"എനിക്ക് ... എനിക്ക് ഒരു കാമുകൻ ഉണ്ട്"

പിന്നെ അവളുടെ ചുമൽ സഹോദരിയുടെ നെറ്റിത്തടത്തിൽ അമർത്തി അവൾ തേങ്ങിക്കരഞ്ഞു. അൽപ്പം കഴിഞ്ഞ് കുറച്ച് സമാധാ നമായപ്പോൾ ഹൃദയത്തിന്റെ മിടിപ്പുകൾ അൽപ്പം കുറഞ്ഞപ്പോൾ അവൾക്ക് സംഗതികൾ തുറന്നു പറയണമെന്നായി. അവളിലെ രഹസ്യം എന്താണെന്ന് വെളിപ്പെടുത്തുവാനും ദുഃഖം അനുഭാവപൂർണമായും ഹൃദ യത്തിലേക്ക് പകരുവാനും അവൾ ആഗ്രഹിച്ചു.

അതിനുശേഷം അവർ അവരുടെ കൈകൾ അന്യോന്യം മുറുകെ പിടിച്ചു. ആ രണ്ടു സ്ത്രീകൾ മുറിയിലെ ഇരുണ്ട മൂലയിലെ സോഫ യിൽ അമർന്നിരുന്നു. അനുജത്തി ചേച്ചിയുടെ കഴുത്തിൽ കൈകൊണ്ട് ചുറ്റിപിടിച്ച് അവരെ ഹൃദയത്തിനടുത്ത് ചേർത്തുവെച്ച് ശ്രദ്ധിക്കുവാൻ തുടങ്ങി.

"ഓ ഒന്നിനുംതന്നെ ന്യായീകരണമില്ല. എനിക്ക് എന്നെത്തന്നെ മന സിലാക്കുവാൻ കഴിഞ്ഞിരുന്നില്ല. ഭ്രാന്താണെന്ന് തോന്നിയിരുന്നു. നാം എത്ര ദുർബലരാണെന്ന് മനസിലാക്കണം, മനസ്സ് മാർദവമുള്ളതായിത്തീ രുന്നു നിമിഷത്തിൽ, ഹൃദയത്തിൽ പെട്ടെന്നുണ്ടാകുന്ന ശോകഭാവത്തിൽ നാം എല്ലാംമറന്ന് കീഴടങ്ങുന്നു. സ്നേഹിക്കുവാനും ആലിംഗനം ചെയ്യു വാൻ കൈകൾ നീട്ടുവാനും സന്ദർഭങ്ങൾ നമ്മുടെ ജീവിതത്തിൽ ഉണ്ടാവും.

നിനക്ക് എന്റെ ഭർത്താവിനെ അറിയാമല്ലോ... ഞാൻ അയാളെ എത്ര മാത്രം ഇഷ്ടപ്പെടുന്നുവെന്നും നീ മനസിലാക്കിയിട്ടുണ്ട്. അയാൾ പക്വ തയും വകതിരിവും ഉള്ള മനുഷ്യനാണ്, പക്ഷേ, അയാൾക്ക് ഒരു സ്ത്രീയുടെ ഹൃദയത്തിന്റെ മൃദുലഭാവങ്ങൾ മനസിലാവുകയില്ല. അയാൾ എപ്പോഴും ഒരേപോലെയാണ്. എപ്പോഴും നല്ലവൻ തന്നെ. എന്നും ചിരിച്ചുകൊണ്ടിരിക്കും. ദയാലുവാണ്. പരിപൂർണനായ മനുഷ്യൻ. ഓ, ഞാൻ എത്രമാത്രം ആഗ്രഹിച്ചിട്ടുണ്ട്, എന്നെ പരുഷമായി പിടിച്ച് അയാളുടെ കരവലയത്തിൽ ആക്കിയിരുന്നുവെങ്കിലെന്ന്. എന്നെ മധുര ചുംബനങ്ങളാൽ പുളകിതയാക്കിയിരുന്നുവെങ്കിലെന്ന്. എങ്കിൽ രണ്ടു പേരും അന്യോന്യം ലയിക്കുകയും നിശ്ശബ്ദമായ വിശ്വാസത്തിൽ എത്തി ച്ചേരുകയും ചെയ്യുമായിരുന്നു. അയാൾ ഒറ്റപ്പെട്ടവനും ദുർബലനും ആയി രുന്നുവെങ്കിലെന്നായിരുന്നു എന്റെ ആഗ്രഹം. അപ്പോൾ അയാൾക്ക് എന്നെക്കൊണ്ട് ആവശ്യം വരും. അയാൾ കൊതിക്കും.

ഇതൊക്കെ നിസ്സാരമാണെന്ന് തോന്നിയേക്കാം. പക്ഷേ, നമ്മുടെ സ്ത്രീകൾ അങ്ങനെയാണ് സൃഷ്ടിക്കപ്പെട്ടത്. പിന്നെ, എങ്ങനെയാണ് രക്ഷപ്പെടുവാൻ സാധിക്കുക?

എന്നാലും വഞ്ചിക്കപ്പെടുകയാണെന്ന ചിന്ത ഒരിക്കലും, എന്നിലു ണ്ടായിട്ടില്ല. അത് സംഭവിച്ചു. പ്രേമം ഇല്ലാതെ, യുക്തി ബോധമില്ലാതെ മറ്റു യാതൊന്നുമില്ലാതെ, ലൂസറിൻ തടാകത്തിൽ ചന്ദ്രൻ പ്രകാശിച്ചതു കൊണ്ടുമാത്രം.

എന്റെ ഭർത്താവിന്റെ കൂടെ ഞാൻ യാത്ര ചെയ്യുകയായിരുന്നു. ആ മാസം ആയാളുടെ ശാന്തമായ അവഗണന എന്റെ ആവേശത്തെ മരവി പ്പിക്കുകയും ദുഷ്കരമായ കാവ്യഭാവന മാഞ്ഞുപോവുകയും ചെയ്തു. സൂര്യോദയത്തിൽ ഞങ്ങൾ പർവതപാതയിലൂടെ ഇറങ്ങുമ്പോൾ, ആവേ ശപൂർവം നാലു കുതിരകൾ വേഗത്തിൽ ഓടുന്നത് കാണുമ്പോൾ, പ്രഭാ തത്തിലെ സുതാര്യമായ മൂടൽമഞ്ഞിലൂടെ താഴ്‌വാരങ്ങളും വനങ്ങളും അരുവികളും കാണുമ്പോൾ ഞാൻ സന്തോഷപൂർവം കൈ അടിക്കു മ്പോൾ അദ്ദേഹത്തോട് പറഞ്ഞു. 'നാം അന്യോന്യം ചുംബിക്കുവാൻ ഒരു കാരണവുമില്ല.' 'നീ ഇഷ്ടപ്പെടുന്നത് പ്രകൃതിദൃശ്യങ്ങളെയാണ്.'

അദ്ദേഹത്തിന്റെ മറുപടി. എന്റെ ഹൃദയം മരവിപ്പിച്ചു. പക്ഷേ എനിയ്ക്ക് മറിച്ചാണ് തോന്നിയത്. അന്യോന്യം പ്രേമിക്കുമ്പോഴും സുന്ദ രരാഗങ്ങൾ കാണുമ്പോഴും എന്നത്തേക്കാളും കൂടുതൽ ഹൃദയം പ്രേമ തരളിതമാവുമെന്നാണ്.

തീർച്ചയായും, എന്നിൽ പതഞ്ഞുപൊങ്ങിയ കവിതയെ ബഹിർ സ്ഫുരണത്തിന് അവസരം നൽകാതെ തടഞ്ഞു. എനിക്ക് എങ്ങനെ യാണ് അത് പ്രകാശിപ്പിക്കുവാൻ കഴിയുക? ആവി നിറഞ്ഞ ബോയ്‌ലർ സീൽവെച്ച് അടച്ചതുപോലെ ആയിരുന്നു എന്റെ അവസ്ഥ.

ഒരു സായാഹ്നത്തിൽ (ഞങ്ങൾ നാലു ദിവസമായി ഹോട്ടൽ ഡി ഫ്ളൂനെലിൽ താമസിക്കുകയായിരുന്നു) എന്റെ ഭർത്താവിന് സാധാരണ

ഉണ്ടാകാറുള്ള തലവേദന വന്നു. റോബർട്ട് ഭക്ഷണത്തിനുശേഷം നേര ത്തെ കിടന്നു. ഞാൻ തടാകത്തിന്റെ തീരത്തിലൂടെ നടക്കാൻ പോയി. യക്ഷിക്കഥകളിൽ നാം വായിക്കാറുള്ളതുപോലെയുള്ള ഒരു രാത്രിയാ യിരുന്നു അത്. പൂർണചന്ദ്രൻ ആകാശത്തിന്റെ മധ്യത്തിൽ പ്രകാ ശിച്ചുകൊണ്ടിരുന്നു. മഞ്ഞുമൂടിയ മലകൾ രജതകിരീടം ധരിച്ചതുപോലെ കാണപ്പെട്ടു. തടാകത്തിലെ ജലം ചെറിയ തിരമാലകൾ കാരണം തിള ങ്ങിക്കൊണ്ടിരുന്നു. മന്ദമാരുതൻ സുന്ദരമായി വീശുന്നുണ്ട്. അത് നമ്മുടെ ഉള്ളിലേക്ക് കടന്നുവന്നു ബോധം കെടുത്തുന്നുവെന്ന് തോന്നിപ്പോയി. യാതൊരു കാരണവുമില്ലാതെ ഹൃദയം തരളിതമായി. അത്തരം സന്ദർഭ ങ്ങളിൽ ഹൃദയം എത്രമാത്രം വികാരസാന്ദ്രമാവുന്നു; ശക്തിയായി ത്രസി ക്കുന്നു; എത്രമാത്രം വികാരനിർഭരമാണ് ഹൃദയം!

ഞാൻ പുല്ലിലിരുന്ന്, വിശാലമായ തടാകം നോക്കി. അത് ശോകാ ത്മകവും ആകർഷകവും ആയിരുന്നു. അപ്പോൾ ഒരു അസാധാരണമായ അവസ്ഥ. എന്നിൽ സംജാതമായി. പ്രേമത്തിന്റെ ആദമ്യമായ വികാരം എന്നിൽ വളർന്നു. ജീവിതത്തിന്റെ മടുപ്പിക്കുന്ന മൗഢ്യത്തിന് വിപരീത മായിരുന്നു ആ അവസ്ഥ. എന്ത്? തിളങ്ങുന്ന ഈ നിലാവെളിച്ചത്തിൽ തടാകതീരത്ത് ഞാൻ സ്നേഹിക്കുന്ന പുരുഷന്റെ കരവലയത്തിൽ അമ രുവാനുള്ള വിധി എനിക്ക് ഒരിക്കലും ഉണ്ടായിരിക്കുകയില്ലേ? വികാര സാന്ദ്രമായ ആലിംഗനത്തിനുവേണ്ടി ദൈവം സൃഷ്ടിക്കുന്ന പ്രേമനിർഭ രമായ രാത്രിയിൽ സുന്ദരവും ലഹരിപിടിക്കുന്നതുമായ ചുംബന ങ്ങൾക്കുള്ള കൊതി എന്റെ ചുണ്ടുകളിൽ ഒരിക്കലും അനുഭവപ്പെടുക യില്ലേ? ഒരു വേനൽക്കാലനിശീഥിനിയിൽ ആർദ്രവും വികാരതീവ്രവു മായ പ്രേമവികാരം എനിയ്ക്ക് അറിയുവാൻ കഴിയുകയില്ലേ?

യുക്തിബോധം നശിച്ച ഒരു പെണ്ണിനെപ്പോലെ ഞാൻ പൊട്ടിക്കര ഞ്ഞു. അപ്പോൾ പിന്നിൽനിന്ന് ആരോ എന്നെ കുലുക്കുന്നതായി തോന്നി. ഒരാൾ ബോധപൂർവം എന്നെ തുറിച്ചുനോക്കുകയായിരുന്നു. ഞാൻ തല തിരിച്ചപ്പോൾ അയാൾ എന്നെ തിരിച്ചറിഞ്ഞു. അടുത്തോട്ട് വന്ന് പറ ഞ്ഞു. 'മാഡം, നിങ്ങൾ കരയുകയാണല്ലേ?'

അതൊരു യുവ അഭിഭാഷകനായിരുന്നു. അയാൾ അമ്മയുടെ കൂടെ ഒരു യാത്രക്കാരനായി വന്നതായിരുന്നു. പലപ്പോഴും അവരെ കണ്ടുമുട്ടി യിട്ടുണ്ട്. അയാളുടെ കണ്ണുകൾ അപ്പോഴൊക്കെ എന്നെ പിന്തുടരുന്നു ണ്ടായിരുന്നു.

ഞാൻ ആകെ അങ്കലാപ്പിലായിരുന്നു. എന്താണ് മറുപടി പറയേ ണ്ടതെന്നോ, ആ സന്ദർഭത്തെപ്പറ്റി എന്താണ് കരുതേണ്ടതെന്നോ എനി യ്ക്കറിയില്ലായിരുന്നു.

അയാൾ സ്വാഭാവികമായും ബഹുമാനപൂർവം ആ രീതിയിൽ എന്റെ ഭാഗത്തുകൂടെ നടന്നു. യാത്രയിൽ എന്താണ് കണ്ടതെന്ന് അയാൾ ചോദി ച്ചു. ഞാൻ അനുഭവിച്ച കാര്യങ്ങൾ വാക്കുകളിലേക്ക് മാറ്റി. എന്നെ ആവേ ശകരമായി മാറ്റിയത് എന്തൊക്കെയെന്ന് എന്നോക്കാൾ കൂടുതൽ അയാൾ

മനസിലാക്കിയിരുന്നു. പെട്ടെന്ന് അയാൾ ആൽഫ്രെഡ് സിമസ്റ്റെറ്റിന്റെ കവിത ചൊല്ലി. എനിക്ക് ശ്വാസം മുട്ടുന്നതുപോലെ തോന്നി. വർണി ക്കാൻ കഴിയാത്ത വികാരങ്ങൾ എന്നിലേക്ക് കടന്നുവന്നു. മലകളും തടാ കങ്ങളും നിലാവെളിച്ചവും എല്ലാം അവാച്യമായ മാധുര്യത്തോടെ പാടു ന്നതായി എനിക്കു തോന്നി.

അങ്ങനെ അത് സംഭവിച്ചു. എങ്ങനെ എന്തിന് എന്ന് അറിയില്ല. ഒരു വല്ലാത്ത മതിഭ്രമം ആയിരുന്നു. അയാൾ വിട്ടുപോകുന്ന പ്രഭാതംവരെ ഞാൻ അയാളെ വീണ്ടും കണ്ടിരുന്നില്ല.”

അവളുടെ സഹോദരിയുടെ കരവലയത്തിലമർന്ന് മാഡം ലെത്തോറ മെല്ലെ കരഞ്ഞു. കരച്ചിൽ പിന്നെ ഉച്ചത്തിലായി.

മാഡം റൗ എല്ലാം ഒതുക്കി ഗൗരവമായ അന്തരീക്ഷത്തിൽ സൗമ്യ മായി പറഞ്ഞു.

“ചേച്ചി, നിങ്ങൾ കേൾക്കുക. പലപ്പോഴും നാം പ്രേമിക്കുന്നത് ഒരു ആണിനെയല്ല. പ്രേമത്തിനെയാണ്. അന്ന് നിങ്ങളുടെ യഥാർഥ കാമു കൻ നിലാവെളിച്ചമായിരുന്നു.”

4

ഒരു ഭ്രാന്തന്റെ ഡയറി

അയാൾ മരിച്ചു. ഒരു ട്രിബ്യൂണലിന്റെ തലവൻ. നീതിനിഷ്ഠയുള്ള ഒരു മജിസ്ട്രേറ്റ് ആയിരുന്നു. അയാളുടെ ജീവിതം ശൂന്യമായിരുന്നു. ഫ്രാൻസിലെ കോടതികളിൽ ഒരു മാതൃകാ ന്യായാധിപൻ ആയിട്ടാണ് അയാൾ അറിയപ്പെട്ടിരുന്നത്. വക്കീലന്മാർ, നഗരസഭയിലെ യുവാക്കളായ അംഗങ്ങൾ എന്നിവർ അതിരറ്റ ബഹുമാനത്തോടെ വിളറിയ രണ്ടു കണ്ണു കളുള്ള ഗംഭീരമായ മുഖത്തെയോർത്ത് തലകുനിച്ചു.

കുറ്റങ്ങൾ അന്വേഷിച്ചുകൊണ്ടും ദുർബലരെ സംരക്ഷിച്ചുകൊണ്ടും അയാൾ ജീവിതം നയിച്ചു. കുറ്റവാളികളും കൊലയാളികളും അയാളുടെ എന്നന്നേക്കുമുള്ള ശത്രുക്കളായിരുന്നില്ല, കാരണം, അവരുടെ രഹസ്യ ചിന്തകളും വായിക്കുവാൻ അയാൾക്ക് സാധിച്ചിരുന്നു.

അയാൾ എൺപത്തിരണ്ടാമത്തെ വയസിലാണ് മരിച്ചത്. എല്ലാ ജന ങ്ങളുടെയും ആദരവും പശ്ചാത്താപവും അദ്ദേഹത്തിന് കിട്ടി. ചുവന്ന അങ്കികൾ ധരിച്ച പട്ടാളക്കാർ അയാളുടെ ജീവൻ നശിച്ച ശരീരത്തെ ശ്മശാനം വരെ പിന്തുടർന്നു. വെളുത്ത കൺ്ഠ വസ്ത്രങ്ങൾ ധരിച്ച ആളു കൾ അയാളുടെ ശവക്കല്ലറമേൽ തൂകിയ കണ്ണുനീർ സത്യസന്ധമായി രുന്നു.

വലിയ കുറ്റവാളികളെക്കുറിച്ചുള്ള റിക്കാർഡുകൾ സൂക്ഷിച്ച ജഡ്ജി യുടെ ഡെസ്കിൽ നിന്ന് അത്ഭുതപരവശനായ നോട്ടറി കണ്ടെത്തിയ അസാധാരണമായ കടലാസ് ശ്രദ്ധിക്കുക. അതിന്റെ തലവാചകം, 'എന്തു കൊണ്ട്?'

ജൂൺ 20, 1851

ഞാൻ ഇപ്പോൾ കോടതി വിട്ടതേയുള്ളൂ. ബോൺസെയെ ഞാൻ വധശിക്ഷയ്ക്ക് വിധിച്ചു. എന്തിനാണ് അയാൾ അയാളുടെ അഞ്ചു കുട്ടി

കളെ കൊന്നത്? വധം ഒരു സന്തോഷകരമായ സംഗതിയായി കരുതുന്ന ആളുകളെ പലപ്പോഴായി കാണാറുണ്ട്, അതെ, അവർക്ക് കൊല്ലുകയെന്നത് സന്തോഷകരമായ കർമമാണ്. ഒരുപക്ഷേ, ഏറ്റവും വലിയ സന്തോ ഷമായിരിക്കും. വാസ്തവത്തിൽ കൊല്ലുകയെന്നതും തിന്നുന്നതുപോലെ തന്നെയല്ലേ? സൃഷ്ടിക്കുകയും നശിപ്പിക്കുകയും — ഈ രണ്ടുവാക്കുക ളിൽ പ്രപഞ്ചത്തിന്റെ ചരിത്രം അടങ്ങിയിരിക്കുന്നു. എന്തൊക്കെയുണ്ടോ അതൊക്കെയും. കൊല്ലുകയെന്നത്, ലക്കില്ലാതെ ചെയ്യുന്നതെന്തുകൊ ണ്ടാണ്?

ജൂൺ 25

ജീവിക്കുകയും നടക്കുകയും ഓടുകയും ചെയ്യുന്ന ഒരു ജീവിയെ സങ്കൽപ്പിക്കുക. ഒരു വ്യക്തിയെന്നാൽ എന്താണ്? ചലനത്തിന്റെ തത്വവും അതിനെ ഭരിക്കുന്ന ഇച്ഛാശക്തിയും വഹിക്കുന്ന ഒരു വ്യക്തി. അത് ഒന്നി നോടും ചേർന്ന് നിൽക്കുകയില്ല. അതിന്റെ കാലുകൾക്ക് ഭൂമിയുമായി യാതൊരു ബന്ധവുമില്ല. അത് ഭൂമിയിൽ നീങ്ങുന്ന ജീവന്റെ ഒരുതരി മാത്രമാണ്. ഇത് എവിടെനിന്ന് വരുന്നുവെന്ന് അറിയില്ല. എന്താണ് കൊല്ലുന്നതിനുള്ള പ്രേരകശക്തി?

ജൂൺ 26

കൊല്ലുന്നത് ഒരു കുറ്റമാവുന്നത് എന്തുകൊണ്ടാണ്? അതെ, എന്തു കൊണ്ട്? നേരെമറിച്ച് അത് പ്രകൃതിയുടെ നിയമമാണ്. ഏതു ജീവിക്കും കൊല്ലുകയെന്ന പരിപാടിയുണ്ട്. അത് ജീവിക്കുവാൻ കൊല്ലുന്നു; കൊല്ലു വാൻ ജീവിക്കുന്നു. മൃഗങ്ങൾ അവിരാമം കൊല നടത്തുന്നു. ദിവസം, ജീവിക്കുന്ന ഓരോ നിമിഷവും മനുഷ്യൻ കൊല്ലുന്നതും അവന്റെ നില തന്നെ. ചിലപ്പോൾ ആനന്ദത്തിനുവേണ്ടിയും, മനുഷ്യൻ കൊല്ലുന്നു. അതിനുവേണ്ടിയാണ് അവൻ വേട്ടയാടൽ കണ്ടുപിടിച്ചത്. ഒരുകുട്ടി പ്രാണികളേയും ചെറിയ പക്ഷികളേയും തന്റെ വഴിയിൽ കാണുന്ന ചെറിയ ജീവികളെയും കൊല്ലുന്നു. ഇതുകൊണ്ടൊന്നും നമ്മിലുള്ള കൂട്ട ക്കൊലയെന്ന അടക്കിവെയ്ക്കാനാവാത്ത ആവശ്യത്തിന് തികയുന്നില്ല. അതിന് നാം മനുഷ്യനെക്കൂടി കൊല്ലണം. വളരെമുമ്പ് ഈ ആവശ്യം സാധിച്ചിരുന്നത് മനുഷ്യന്റെ ആത്മത്യാഗത്തിലൂടെയായിരുന്നു. ഇന്ന് സമൂ ഹത്തിൽ ജീവിക്കേണ്ട ആവശ്യകതയുള്ളതുകൊണ്ട് കൊലപാതകം ഒരു കുറ്റമായിത്തീർന്നു. നീ കുറ്റവാളിയെ വെറുക്കുകയും ശിക്ഷിക്കുകയും ചെയ്യുന്നു. എന്നാൽ മരണമെന്ന ഈ സ്വാഭാവിക വികാരത്തിന് കീഴട ങ്ങുവാൻ സാധിക്കാതെ നാം യുദ്ധം ചെയ്തുകൊണ്ട് ആശ്വാസം കണ്ടെ ത്തുന്നു. ഒരു രാജ്യം മറ്റൊരു രാജ്യത്തെ കൊലചെയ്യുന്നു. മാംസം കൊണ്ടും രക്തം കൊണ്ടുമുള്ള ഒരു സദ്യ പട്ടാളക്കാരനെ ഭ്രാന്ത് പിടിപ്പി ക്കുന്നു. സാധാരണക്കാരെ ഉത്തേജിതരാക്കുന്നു. ഈ നരഹത്യയുടെ വിക്ഷുബ്ധമായ കഥ സ്ത്രീകളും കുട്ടികളും വിളക്കിന്റെ വെളിച്ചത്തിൽ വായിക്കുന്നു.

മനുഷ്യനെ കൊല്ലുവാൻ നിയോഗിക്കപ്പെടുന്ന ഇത്തരം ആളുകളെ നാം ശപിക്കാറുണ്ടോ? ഇല്ല. അവരെ ബഹുമതികൾ നൽകി നാം ആദരി ക്കുന്നു. അവർ തലയിൽ തൂവലുകൾ ധരിക്കുന്നു. മാറിൽ ആഭരണങ്ങളും എല്ലാവിധ പദവികളും സ്ഥാനങ്ങളും സമ്മാനങ്ങളും അവർക്ക് നൽകു ന്നു. അവർ കൊല്ലാൻ ഉപയോഗിച്ച ഉപകരണങ്ങളോടു കൂടി തെരുവി ലൂടെ ആഘോഷപൂർവം സഞ്ചരിക്കുന്നു. അവർ കടന്നുപോകുമ്പോൾ, കറുപ്പുവസ്ത്രം ധരിച്ച സാധാരണക്കാർ അസൂയയോടെ അവരെ നോക്കു ന്നു. അവർ അഭിമാനികളും ബഹുമാന്യരും സ്ത്രീകളിൽ സ്നേഹി ക്കപ്പെടുന്നവരും ആർത്തുവിളിച്ച് സ്വീകരിക്കുന്നു. എല്ലാം രക്തം ചീന്തു കയെന്ന ജോലി നിർവഹിച്ചതുകൊണ്ട്, കാരണം കൊല്ലുകയെന്നത് നിലനിൽക്കലിനുവേണ്ടി ഹൃദയത്തിൽ സൂക്ഷിക്കുന്ന വികാരമാണത്. കൊല്ലുന്നതിനെക്കാളും കൂടുതൽ സുന്ദരവും മാന്യവുമായ മറ്റൊരു പ്രവൃ ത്തിയിയില്ല.

ജൂൺ 30

കൊല്ലുകയെന്നതാണ് നിയമം. കാരണം, പ്രകൃതിക്ക് ഇഷ്ടം ശാശ്വ തമായ യുവത്വമാണ്. പ്രകൃതി അവളുടെ എല്ലാ അബോധാവസ്ഥയിലും ഉച്ചത്തിൽ പറയുന്നു; വേഗം! വേഗം! വേഗം!. പ്രകൃതി എത്രമാത്രം നശി ക്കുന്നുവോ അത്രമാത്രം പുതുതായി സൃഷ്ടിക്കുകയും ചെയ്യുന്നു.

ജൂലായ് 3

കൊല്ലുകയെന്നത് ആനന്ദവും, അസാധാരണവുമായ ആവേശവും ആകുന്നു. ജീവനുള്ള ഒരാളെ നിങ്ങളുടെ മുമ്പിൽ അവതരിപ്പിക്കുന്നു. നിങ്ങളെക്കൊണ്ട് അയാളുടെ ശരീരത്തിൽ ഒരു ചെറിയ ദ്വാരം ഉണ്ടാക്കി ക്കുന്നു. ഒരു ചെറിയ ദ്വാരം മാത്രം. അതിലൂടെ ചുവന്നരക്തം പ്രവഹി ക്കുന്നതു നോക്കിനിൽക്കുന്നു. പിന്നെ, നിങ്ങളുടെ മുമ്പിൽ കാണുക തണുത്ത, ചിന്ത നശിച്ച ഒരു മാംസപിണ്ഡം മാത്രം.

ആഗസ്ത് 3

കുറ്റപ്പെടുത്തിയും വിധിയെഴുതിയും വാക്കുകളിലൂടെ കൊല നട ത്തിയും കത്തികൊണ്ട് കുത്തിക്കൊന്ന ആളെ കൊലമരത്തിൽ കൊന്നും കഴിഞ്ഞ ഞാൻ, അവർ ചെയ്തതുപോലെ കൊലപാതകം നടത്തിയാൽ ആർക്കാണ് അത് അറിയുവാൻ കഴിയുക?

ആഗസ്ത് 10

ആർക്കാണ് അറിയുവാൻ കഴിയുക? ആർക്കാണ് എന്നെ സംശയി ക്കുവാൻ കഴിയുക? എനിക്ക് താൽപ്പര്യമില്ലാത്ത ഒരാളെയാണ് കൊന്ന തെങ്കിൽ പ്രത്യേകിച്ചും ആർക്കാണ് അറിയുവാൻ സാധിക്കുക?

ആഗ്സ്ത് 22

എനിക്ക് വികാരം അടക്കി വയ്ക്കാൻ കഴിഞ്ഞില്ല ഒരു പരീക്ഷണം, ഒരു തുടക്കം, എന്ന നിലയിൽ ഞാൻ ഒരു ചെറിയ ജീവിയെക്കൊന്നു. എന്റെ ഭൃത്യനായ ജീൻ എന്റെ ഓഫീസിന്റെ ജാലകത്തിൽ തൂക്കിയിട്ട കൂട്ടിൽ ഒരു സ്വർണപ്പക്ഷിയെ വളർത്തിയിരുന്നു. അവന് ജോലി കൊടുത്തു ഞാൻ പുറത്തേക്ക് അയച്ചു. അതിനുശേഷം ആ ചെറിയ പക്ഷിയെ എന്റെ കൈയിലെടുത്തു. അതിന്റെ ഹൃദയം സ്പന്ദനം എനിക്ക് അനുഭവപ്പെട്ടു. അത് വളരെ ഊഷ്മളമായിരുന്നു. ഞാൻ കുറേശ്ശെയായി അതിനെ ഞെരിക്കുവാൻ തുടങ്ങി. അതിന്റെ ഹൃദയവേഗത്തിൽ സ്പന്ദിച്ചു. അത് ഭയങ്കരവും ഹൃദ്യവുമായിരുന്നു. അതിന് ശ്വാസം മുട്ടുന്നുവെന്ന് തോന്നി. പക്ഷേ എനിക്ക് രക്തം കാണുവാൻ കഴിഞ്ഞിരുന്നില്ല.

പിന്നെ, ഞാൻ ചെറിയ കത്രിക എടുത്തു. അതിനെ മാന്യമായി മൂന്നുപ്രാവശ്യം മുറിച്ചു. അത് രക്ഷപ്പെടുവാൻ ശ്രമിച്ചു. പക്ഷേ, ഞാൻ അതിനെ ബലമായി പിടിച്ച് ഞെരിച്ചു. ഓ, എനിക്ക് ഒരു ഭ്രാന്തൻ നായയെത്തന്നെ കൊല്ലാൻ കഴിയുമായിരുന്നു, എന്നുതോന്നി. ഒടുവിൽ മുറിവിലൂടെ രക്തമൊഴുകി. അതിനുശേഷം യഥാർഥ കുറ്റവാളികൾ ചെയ്യുന്നതുപോലെ ഞാനും പ്രവർത്തിച്ചു. ഞാൻ കത്രിക കഴുകി. പിന്നെ എന്റെ കൈകളും വൃത്തിയായി കഴുകി. ഞാൻ അതിന്റെ ചത്ത ശരീരത്തിൽ വെള്ളം തളിച്ചു. അതിനെ ഒളിപ്പിക്കുവാൻ തോട്ടത്തിലേക്ക് പോയി. അതിനെ ഒരു സ്ട്രോബറി ചെടിയുടെ ചുവട്ടിൽ കുഴിച്ചിട്ടു. അത് ഒരിക്കലും കണ്ടെത്തുകയില്ല. ദിവസവും എനിക്ക് ഓരോ സ്ട്രോബറി ആ ചെടിയിൽനിന്ന് പറിച്ചുതിന്നാം. എങ്ങനെയെന്ന് മനസിലാവുമ്പോൾ ഒരാൾ ജീവിതം എങ്ങനെയാണ് ആനന്ദിക്കുക.

എന്റെ ഭൃത്യൻ കരഞ്ഞു. അവൻ ധരിച്ചത് ആ പക്ഷി പറന്നുപോയെന്നാണ്. എങ്ങനെയാണ് അവന് എന്നെ സംശയിക്കുവാൻ കഴിയുക?

ആഗസ്ത് 25

എനിക്ക് ഒരാളെ കൊല്ലണം. നിശ്ചയമായും വേണം.

ആഗസ്ത് 30

അത് നടന്നു. എത്രമാത്രം ചെറിയ സാധനം, ഞാൻ വെർണെസിലെ വനത്തിൽ നടക്കാൻ പോയതായിരുന്നു. ഞാൻ ഒന്നിനെക്കുറിച്ചും ആലോചിച്ചിരുന്നില്ല. നോക്കുക! അതാ ഒരു കുട്ടി ഒരു കഷണം അപ്പവും വെണ്ണയും കഴിക്കുന്നു. ഞാൻ കടന്നുപോകുന്നതു കണ്ടപ്പോൾ ആ കുട്ടി എന്നോടു പറഞ്ഞു.

"ഗുഡ് ബൈ മി പ്രസിഡന്റ്"

ഒരു ചിന്ത എന്റെ തലയിൽ കടന്നുവന്നു. ഞാൻ അവനെ കൊല്ലണോ?

ഞാൻ ചോദിച്ചു. "എന്റെ കുട്ടീ, നീ തനിച്ചാണോ?"
"അതെ സാർ"

അവനെ കൊല്ലണമെന്ന വികാരം വീഞ്ഞിനെപ്പോലെ എന്നെ ഉത്തേ ജിപ്പിച്ചു. ഞാൻ സൗമ്യനായി അവന്റെ അടുത്തു ചെന്നു. അവൻ ഓടി പ്പോവാൻ ശ്രമിക്കുകയായിരുന്നു. പെട്ടെന്ന് ഞാൻ അവന്റെ കഴുത്തിന് പിടിച്ചു. എന്റെ മണിബന്ധം അവൻ മൃദുലമായ കൈകൾകൊണ്ട് പിടിച്ചു. അവൻ വേദനകൊണ്ട് വിറച്ചു. അഗ്നിയിൽ തൂവൽ കരിയുന്നതുപോലെ അവന്റെ ശരീരം തീർന്നു. അവൻ പിന്നെ ചലിച്ചില്ല. അവന്റെ ജീവനറ്റ ശരീരം ഞാൻ ഒരു കുഴിയിൽ ഇട്ടു. കുഴിക്കു മീതെ കുറച്ചു ചെടികളും പിഴുതിട്ടു. ഞാൻ വീട്ടിലേക്ക് മടങ്ങി. നല്ലപോലെ ഭക്ഷണം കഴിച്ചു. അത് എത്രമാത്രം ചെറിയ കാര്യമായിരുന്നില്ല. സായാഹ്നത്തിൽ ഞാൻ സന്തോഷവാനും പുത്തനുണർവ് കിട്ടിയവനും ആയിരുന്നു. എല്ലാവരും എന്നെ രസികനായി കണ്ടു, പക്ഷേ, ഞാൻ രക്തം കണ്ടില്ല, ശാന്തത അനുഭവിച്ചില്ല.

ആഗസ്ത് 31

മൃതശരീരം കണ്ടെത്തി. അവർ കൊലയാളികളെ കണ്ടെത്തുവാൻ ശ്രമിക്കുകയായിരുന്നു.

സെപ്തംബർ 1

രണ്ട് യാചകന്മാരെ അറസ്റ്റ് ചെയ്തു. തെളിവുകൾ ഉണ്ടായിരുന്നില്ല.

സെപ്തംബർ 2

മാതാപിതാക്കന്മാർ എന്നെ കാണാൻ വന്നു. അവർ കരഞ്ഞു.

ഒക്ടോബർ 6

ഒന്നും കണ്ടുപിടിച്ചില്ല. ഞാൻ നദീതീരത്തിലൂടെ നടക്കുകയായിരു ന്നു. ഒരു അരളിച്ചെടിയുടെ ചുവട്ടിൽ ഒരു മുക്കുവൻ ഉറങ്ങുകയായിരു ന്നു. ഉച്ചസമയം അടുത്തുള്ള ഉരുളക്കിഴങ്ങ് പാടത്തിൽ എനിക്കുവേണ്ടി വെച്ചമാതിരി ഒരു തൂമ്പ ഉണ്ടായിരുന്നു,

ഞാൻ അതെടുത്ത് മടങ്ങിവന്നു. ഞാൻ ഒരു ഗദപോലെ അതെ ടുത്തുയർത്തി, ഒറ്റ അടികൊണ്ട് തല തകർന്നു. ഓ, അയാൾ രക്തം തൂകി. ഓ, ചുവന്ന പനിനീർപ്പൂവിന്റെ നിറമുള്ള രക്തം. അത് വെള്ളം പോലെ ഒഴുകി. ഞാൻ ഗൗരവമായി കാൽ വെപ്പുകളോടെ മടങ്ങി. ഞാൻ കാണപ്പെട്ടിരുന്നുവെങ്കിൽ ഒരു കൊലയാളി ആകുമായിരുന്നു.

ഒക്ടോബർ 25

മുക്കുവന്റെ മരണം വളരെ വിവാദമായി. അയാളുടെ കൂടെ മത്സ്യം പിടിച്ചിരുന്ന മരുമകനിൽ കുറ്റം ചാർത്തി.

ഒക്ടോബർ 26

പരിശോധന നടത്തിയ മജിസ്ട്രേറ്റ് മരുമകനാണ് കുറ്റം ചെയ്ത തെന്നുകണ്ടെത്തി. നഗരത്തിലെ എല്ലാവരും അത് വിശ്വസിച്ചു.

ഒക്ടോബർ 27

മരുമകൻ കേസ് വാദിച്ചു. അയാൾ പറഞ്ഞു. അപ്പവും പാൽക്ക ട്ടിയും വാങ്ങിക്കുവാൻ അടുത്ത ഗ്രാമത്തിൽ പോയതായിരുന്നു. താൻ ഇല്ലാത്ത സമയത്താണ് അമ്മാവൻ കൊല്ലപ്പെട്ടത്. അയാൾ ആണയിട്ട് പറഞ്ഞു. പക്ഷേ, ആരാണ് അയാളെ വിശ്വസിക്കുകക. ഹാ, ഹാ.

ഒക്ടോബർ 28

മരുമകൻ കുറ്റം സമ്മതിച്ചു. അവർ അയാളുടെ തല ഒന്നും മനസി ലാകാത്ത നിലയിൽ എത്തിച്ചു. ഹാ, നീതി!

നവംബർ 15

അമ്മാവന്റെ അവകാശിയായ മരുമകനെതിരെ വ്യക്തമായ തെളി വുകൾ ഉണ്ടായിരുന്നു. ഞാനാണ് കോടതിയിൽ അധ്യക്ഷത വഹിച്ചത്.

ജനുവരി 25, 1852

മരണം വരെ – മരണം – മരണം വരെ ഞാൻ അയാളെ തൂക്കി ക്കൊല്ലാൻ വിധിച്ചു. ഒരു ദൈവദൂതനെപ്പോലെ അഡ്ഡക്കേറ്റ് ജനറൽ സംസാരിച്ചു. 'ഹാ, മറ്റൊന്നുകൂടി. വിധി നടപ്പാക്കുന്ന സമയത്ത് ഞാനും അവിടെ ഉണ്ടായിരിക്കണം.'

മാർച്ച് 10

അത് നടന്നു. രാവിലെ അയാളെ തൂക്കിലേറ്റി. അയാൾ മരിച്ചു. അത് എന്നിൽ ആനന്ദമുണ്ടാക്കി. ഒരു മനുഷ്യന്റെ തലപോകുന്നത് കാണാൻ എന്ത് രസമാണ്. ഞാൻ കാത്തുനിൽക്കാം. കാത്തുനിൽക്കാം. ചെറിയ സംഗതി തെറ്റിയാൽ എന്നിൽ കുറ്റം കണ്ടെത്തും.

ആ കൈയെഴുത്തുകോപ്പിയിൽ കൂടുതൽ പേജുകൾ ഉണ്ടായിരു ന്നു. പക്ഷേ, മറ്റൊരു കുറ്റത്തെപ്പറ്റി ഒന്നും ഉണ്ടായിരുന്നില്ല.

ഈ ഭയാനകമായ കഥ സമർപ്പിക്കപ്പെട്ട ഡോക്ടർ പ്രസ്താവിച്ചത് ഇതുപോലെ അറിയപ്പെടാത്ത ഭ്രാന്തന്മാരും ഭയങ്കരന്മാരും കുറ്റവാളികളും ലോകത്തിൽ ധാരാളം ഉണ്ടായിരിക്കാം എന്നായിരുന്നു.

5

ഒരു ഭാര്യയുടെ കുറ്റസമ്മതം

ഞങ്ങൾ താമസിച്ചിരുന്ന മാളിക സ്ഥിതി ചെയ്തിരുന്നത് നാട്ടിൻ പുറത്തെ വിജനമായ സ്ഥലത്തായിരുന്നു. ധാരാളം വൃക്ഷങ്ങളും പായൽ പിടിച്ച പ്രദേശങ്ങളും ഉള്ള ആ സ്ഥലത്തെ മാളിക കണ്ടാൽ വൃദ്ധന്മാ രുടെ നരച്ച താടിപോലെ തോന്നും. അവിടെ ഒരു പാർക്കുണ്ട്. അത് യാഥാർഥത്തിൽ വനം തന്നെയാണ്. ഹാ, ഹാ എന്ന് വിളിക്കുന്ന ഒരു ഗർത്തത്തിലാണ് അത് സ്ഥിതിചെയ്യുന്നത്. ഇതിന്റെ അറ്റത്ത് ഒരു ചതു പ്പുനിലമുണ്ട്. അവിടെ ആറ്റുവഞ്ചികളും ജലോപരി വളരുന്ന ചെടികളും സുലഭമായിരുന്നു. മധ്യത്തിലുള്ള അരുവിയുടെ തീരത്ത് എന്റെ ഭർത്താ വിന്റെതായി ഒരു ചെറിയ കുടിൽ ഉണ്ടായിരുന്നു. കാട്ടുതാറാവുകളെ വെടി വയ്ക്കാൻ ആ കുടിൽ ഉപയോഗിച്ചു.

ഞങ്ങളുടെ മാളികയിൽ സാധാരണ വേലക്കാർക്കു പുറമേ ഒരു കാവൽക്കാരൻ കൂടി ഉണ്ടായിരുന്നു. ഭർത്താവിനെ ജീവിതാവസാനം വരെ ശുശ്രൂഷിക്കുവാനാണ് അയാൾ നിയമിക്കപ്പെട്ടിരുന്നത്. അതിനുപുറ മെ, എന്നോട് വൈകാരികമായി അടുപ്പമുണ്ടായിരുന്ന ഒരു വേലക്കാരിയും ഉണ്ടായിരുന്നു. അഞ്ചുകൊല്ലം മുമ്പ് അവളെ സ്പെയിനിൽ നിന്നാണ് കൊണ്ടുവന്നത്. അവൾക്ക് ബന്ധുക്കൾ ആരുമുണ്ടായിരുന്നില്ല. ഇരുണ്ട ചർമവും കറുത്ത കണ്ണുകളും. അവൾക്ക് പതിനാറ് വയസ്സ് മാത്രമാണ് പ്രായം. പക്ഷേ, ഇരുപതു വയസ്സ് മതിച്ചിരുന്നു.

ശരത്കാലത്തിന്റെ ആരംഭമായിരുന്നു. ഞങ്ങൾ ധാരാളം നായാട്ട് നടത്തി; ഞങ്ങളുടെ എസ്റ്റേറ്റിലും മറ്റ് എസ്റ്റേറ്റുകളിലും. അവിടെ വന്നി രുന്ന ഒരു യുവാവിനെ ഞാൻ പ്രത്യേകം ശ്രദ്ധിച്ചു. അയാൾ സി യിലെ ഒരു സാമന്തപ്രമാണിയായിരുന്നു. അയാൾ മാളിക ഇടയ്ക്കിടെ സന്ദർശി ച്ചിരുന്നു. പിന്നെ, അയാൾ വരാതായി. പക്ഷേ, എന്റെ ഭർത്താവിന് എന്നോ ടുള്ള പെരുമാറ്റത്തിൽ ചില മാറ്റങ്ങൾ ദൃശ്യമായി.

ഭർത്താവിന് എന്നോട് മിണ്ടാട്ടമില്ലാതായി. വെറുപ്പും തോന്നി. എന്നെ ചുംബിക്കാതെയായി. എന്റെ മുറിയിൽ വന്നില്ല. അപ്പോൾ തനിച്ച് താമ സിക്കുവാൻ ഒരു പ്രത്യേക വാസസ്ഥലം വേണമെന്ന് ഞാൻ വാശിപിടി ച്ചു. ഞാൻ ആ മുറിയിൽ താമസമാക്കി. പലപ്പോഴും രാത്രിയിൽ എന്റെ വാതിലിനടുത്ത് കൽപ്പെരുമാറ്റം കേട്ടു. പെട്ടെന്നുതന്നെ അതു മാറിപ്പോ വുകയും ചെയ്തിരുന്നു. ഞാൻ എന്റെ ഭർത്താവിനോട് ഇതിനെപ്പറ്റി പറ ഞ്ഞു. അദ്ദേഹം പറഞ്ഞു.

"അത് ഒന്നുമില്ല. വേലക്കാരനായിരിക്കാം"

ഒരുദിവസം സായാഹ്നത്തിൽ ഉച്ചഭക്ഷണം കഴിഞ്ഞ ഉടനെ, സാധാ രണമായ വിധത്തിൽ സന്തോഷവാനായ ഹെൻറി എന്നോടു പറഞ്ഞു.

"തോക്കുമായി വന്ന് മൂന്നുമണിക്കൂർ എന്നോടൊപ്പം ചെലവഴിക്കു വാൻ ഇഷ്ടമാണോ? എല്ലാ ദിവസവും നമ്മുടെ കോഴിയെ പിടിക്കുന്ന ഒരു കുറുക്കനെ വെടിവയ്ക്കാനാണ്."

എനിക്ക് അത്ഭുതം തോന്നി. ഞാൻ ആദ്യം വിസമ്മതിച്ചു. പക്ഷേ, അദ്ദേഹം എന്നെത്തന്നെ തുറിച്ചുനോക്കിയപ്പോൾ, ഞാൻ മറുപടി പറ ഞ്ഞു.

"തീർച്ചയായും, എന്റെ ചങ്ങാതീ, ഞാൻ വരാം. ഒരു ആണിനെ പ്പോലെ ഞാൻ ചെന്നായയെയും കാട്ടുപോത്തിനേയും വെടിവച്ചിട്ടുണ്ട്. അതുകൊണ്ട് നായാട്ടിനു പോവാൻ ഭർത്താവ് എന്നോട് പറഞ്ഞത് തികച്ചും സ്വാഭാവികമാണ്.

അതിനുശേഷം ഭർത്താവ് ഭയാശങ്കയോടെ എന്നെ നോക്കി. വൈകു ന്നേരമായപ്പോൾ അയാൾ വികാരധീനനായിരുന്നു. അയാൾ അതിരറ്റ വിക്ഷുബ്ധാവസ്ഥയോടെ എഴുന്നേൽക്കുകയും ഇരിക്കുകയും ചെയ്തു. പത്തുമണിക്ക് അയാൾ എന്നോട് പറഞ്ഞു.

"നീ തയാറായോ?"

ഞാൻ എഴുന്നേറ്റു. എന്റെ തോക്ക് അയാൾ തന്നെ കൊണ്ടുവരു മ്പോൾ ഞാൻ ചോദിച്ചു.

"വെടിയുണ്ടയാണോ ഇടേണ്ടത്! അതോ മാനിനെ വെടിവ യ്ക്കാനുള്ളതോ?"

"ഓ, ചെറിയ വെടിയുണ്ട മാത്രം. നിങ്ങൾ സമാധാനമായിരിക്കൂ. അത്രമാത്രം മതി. പ്രാർഥിക്കുകയൊന്നും വേണമെന്നില്ല."

അൽപ്പം സെക്കന്റുകൾക്കുശേഷം അദ്ദേഹം പറഞ്ഞു.

"അസാധാരണശാന്തത ഉണ്ടെന്ന് നീ അഭിമാനിക്കാറുണ്ടല്ലേ."

ഞാൻ ചിരിച്ചുകൊണ്ട് ആക്രോശിച്ചു. "സമാധാനത്തിനു കാരണം ഞാൻ ഒരു കുറുക്കനെ കൊല്ലാൻ പോകുന്നുവെന്നതുതന്നെയാണ്. നിങ്ങ ളെന്താണ് ചിന്തിക്കുന്നത്. എന്റെ സ്നേഹിതാ."

ഞങ്ങൾ ആ പാർക്കിലൂടെ മെല്ലെ നടന്നു. വാസസ്ഥലം ഉറങ്ങു കയാണെന്ന് തോന്നി. ആ പഴകി മങ്ങിയ വീടിന് പൂർണചന്ദ്രൻ മഞ്ഞ നിറം നൽകി. അതിന്റെ ചാരനിറത്തിലുള്ള മേൽക്കുര പ്രകാശമാനമാ

യി. ബംഗ്ലാവിന്റെ രണ്ടു പാർശ്വങ്ങളിൽ താഴികക്കുടങ്ങൾ ഉണ്ടായിരു ന്നു. ദുഃഖകരവും വ്യക്തവും സുന്ദരവും നിശ്ചലവുമായ ഈ രാത്രിയെ ഒരു ശബ്ദവും അലോസരപ്പെടുത്തിയില്ല. മൃതിതുല്യമായ മയക്കംപോലെ തോന്നി. വായുവിന്റെ ചലനമോ തവളയുടെ കരച്ചിലോ മൂങ്ങയുടെ നില വിളിയോ ഉണ്ടായിരുന്നില്ല. എല്ലാം ദുഃഖകരമായ മരവിപ്പിലായിരുന്നു. ഞങ്ങൾ പർക്കിലുള്ള മരങ്ങളുടെ കീഴിൽ എത്തിയപ്പോൾ എന്നിൽ നവോ ന്മേഷമുണ്ടായി. ഉണങ്ങിയ ഇലകൾ വീഴുന്ന ശബ്ദവും കേൾക്കുന്നു ണ്ട്. എന്റെ ഭർത്താവ് ഒന്നുംതന്നെ പറഞ്ഞില്ല. അദ്ദേഹം നിഴലുകളിൽ എന്തോ ശ്രദ്ധിച്ചുകൊണ്ടിരുന്നു. അദ്ദേഹത്തിന്റെ തല മുതൽ കാൽ വരെ നായാട്ടിന്റെ ആവേശത്തിലായിരുന്നു.

ഞങ്ങൾ വേഗം കുളത്തിന്റെ വക്കിലെത്തി. കോരപ്പുല്ലുകളുടെ തുഞ്ചം നിശ്ചലമായിരുന്നു. വായുവിന്റെ ചലനങ്ങൾ ജലോപരിതലത്തി ലൂടെ സഞ്ചരിച്ച് പ്രകാശമാനമായ ചുളിവുകൾ ഉണ്ടാക്കി.

നായാട്ടിന് കാത്തുകിടക്കേണ്ട കുടിലിൽ എത്തിയപ്പോൾ ഭർത്താവ് എന്നോട് മുമ്പിൽ നടക്കുവാൻ പറഞ്ഞു. പിന്നെ അദ്ദേഹം മെല്ലെ തോക്ക് നിറച്ചു. വെടിമരുന്നിന്റെ വരണ്ട പരുഷശബ്ദം എന്നിൽ അസാധാരണ പ്രതികരണം ഉണ്ടാക്കി. ഞാൻ പേടിച്ചു വിറയ്ക്കുകയാണെന്ന് കണ്ട് അദ്ദേഹം എന്നോട് ചോദിച്ചു.

"ഈ പരീക്ഷണം തന്നെ നിന്നെ അലോസരപ്പെടുത്തിയെന്ന് തോന്നുന്നു. എങ്കിൽ നീ മടങ്ങിപ്പോവുക"

"ഒരിക്കലുമില്ല, ഒന്നും ചെയ്യാതെ ഞാൻ മടങ്ങിപ്പോവുകയില്ല."

അയാൾ പിറുപിറുത്തു:

"നിന്റെ ഇഷ്ടം"

ഞങ്ങൾ അവിടെ അനങ്ങാതെ നിന്നു. സുന്ദരമായ ശിശിരകാലരാ ത്രിയിലെ വിഷമിപ്പിക്കുന്ന നിശ്ശബ്ദത ലംഘിച്ചുകൊണ്ട് അദ്ദേഹം ചോദിച്ചു.

"അയാൾ ഈ വഴിയിലൂടെ തന്നെയാണ് വരുന്നതെന്ന് നിനക്ക് ഉറ പ്പുണ്ടോ?"

ഞാൻ കടിച്ചതുപോലെ നിൽക്കുമ്പോൾ ഹാർവെ (എന്റെ ഭർത്താവ്) വേദനകൊണ്ട് പുളയുകയായിരുന്നു.

"അതിൽ തെറ്റുവരില്ല. എനിക്ക് ഉറപ്പാണ്."

ഒരിക്കൽകൂടി അവിടെ നിശബ്ദത പരന്നു.

എനിക്ക് ഉറക്കം വരികയാണെന്ന് ബോധ്യപ്പെട്ടു. അപ്പോൾ ഭർത്താവ് എന്റെ കൈ അമർത്തി. അയാളുടെ ശബ്ദം സീൽക്കാരമായി മാറി. അയാൾ പറഞ്ഞു.

"അയാളെ നീ മരങ്ങൾക്കിടയിൽ കാണുന്നില്ലേ?"

ഞാൻ വെറുതെ നോക്കി. ഒന്നുംതന്നെ എനിക്ക് കാണാൻ കഴി ഞ്ഞിരുന്നില്ല. ഹാർവി തോക്കിന്റെ കാഞ്ചി വലിച്ചു. മുഴുവൻ സമയവും അയാൾ എന്നെത്തന്നെ നോക്കുകയായിരുന്നു.

വെടിവയ്ക്കാൻ ഞാൻതന്നെ തയാറെടുക്കുകയായിരുന്നു. പൂർണ ചന്ദ്രന്റെ വെളിച്ചത്തിൽ ഞങ്ങളുടെ മുമ്പിൽ മുപ്പത് ചുവടുകൾക്ക് മുൻപിലായി ഒരു മനുഷ്യൻ ധൃതിയിൽ പോകുന്നുണ്ടായിരുന്നു. അയാളുടെ ശരീരം വളഞ്ഞിരുന്നു. രക്ഷപ്പെടുത്തുവാൻ ശ്രമിക്കുന്നതുപോലെ തോന്നി.

ഞാൻ സ്തംഭിക്കപ്പെട്ടതായി തോന്നി. ഉച്ചത്തിൽ കരഞ്ഞു. തിരിയുവാൻ കഴിയുന്നതിനുമുമ്പ് എന്റെ മുമ്പിൽ വെളിച്ചം കണ്ടു. ചെവി അടപ്പിക്കുന്ന ഒരു ശബ്ദം കേട്ടു. വെടിയേറ്റ ചെന്നായയെപ്പോലെ ഒരു മനുഷ്യൻ നിലത്തുകിടന്ന് ഉരുളുകയായിരുന്നു.

ഞാൻ പേടിച്ചു പൊട്ടിക്കരഞ്ഞു. അപ്പോൾ അതിശക്തമായ ഒരു കൈ എന്റെ കഴുത്തിന് പിടിച്ചു. ആ കൈ ഹാർവിയുടേതായിരുന്നു. ഞാൻ നിലത്ത് എറിയപ്പെട്ടു. പിന്നെ അയാളുടെ ബലിഷ്ഠമായ കരങ്ങൾ പുല്ലിൽ നിന്നും എന്നെ എഴുന്നേൽപ്പിച്ചു. എന്നെ പിടിച്ച് പുല്ലിൽ കിടക്കുന്ന ശരീരത്തിനടുത്തെത്തി. എന്നെ ആ ശരീരത്തിന് മീതെ എറിഞ്ഞു.

എന്റെ കഥ കഴിഞ്ഞെന്ന് എനിക്ക് തോന്നി. അദ്ദേഹം എന്നെ കൊല്ലാൻ പോവുകയാണെന്ന് ബോധ്യപ്പെട്ടു. അദ്ദേഹം എന്റെ നെറ്റിയുടെ മീതെ എത്തുന്നവിധത്തിൽ ഉപ്പൂറ്റി ഉയർത്തിനിന്നു.

ഞാൻ പെട്ടെന്ന് എഴുന്നേറ്റു. എന്റെ വേലക്കാരി പോർക്ക്യൂറം അയാളുടെമേൽ മുട്ടുകുത്തി ഒരു കാട്ടുപൂച്ചയെപ്പോലെ പറ്റിയിരിക്കുകയായിരുന്നു. അവൾ ശക്തി മുഴുവൻ ആർജിച്ച് അയാളുടെ താടിയും മീശയും മുഖത്തെ ചർമവും പിടിച്ചു പറിക്കുന്നുണ്ടായിരുന്നു.

പിന്നെ, പെട്ടെന്ന് ഏതോ ഒരു സംശയം തോന്നിയ മാതിരി മനസു വലിച്ച് അവൾ എഴുന്നേറ്റു. എന്നിട്ട് ആ ശവശരീരത്തിന്മേൽ വീണ് അയാളുടെ ശരീരം കെട്ടിപ്പിടിച്ചു. അവളുടെ ചുണ്ടുകൾകൊണ്ട് അയാളുടെ ചത്ത ചുണ്ടുകൾ വിടർത്തി. ശ്വാസമുണ്ടോയെന്ന് ശ്രദ്ധിച്ചു. കാമുകന്മാർക്കു നൽകാറുള്ള നീണ്ട ചുംബനങ്ങൾ നൽകി.

എന്റെ ഭർത്താവ് എഴുന്നേറ്റ് എന്നെ നോക്കി. അയാൾക്ക് എല്ലാം മനസിലായി. എന്റെ കാൽക്കൽ വീണ് പറഞ്ഞു.

"പ്രിയപ്പെട്ടവളേ, എനിക്ക് മാപ്പു തരൂ. ഞാൻ നിന്നെ സംശയിച്ചു. എന്നിട്ടു കൊന്നത് ഈ പെൺകുട്ടിയുടെ കാമുകനെ. എന്റെ പാറാവുകാരനാണ് എന്നെ ചതിച്ചത്."

പക്ഷേ, ഞാൻ ആ മരിച്ച മനുഷ്യന്റെയും ജീവിക്കുന്ന സ്ത്രീയുടെയും അസാധാരണമായ ചുംബനങ്ങളും അവളുടെ തേങ്ങിക്കരച്ചിലുകളും നോക്കിനിന്നു. ദുഃഖിക്കുന്ന പ്രേമത്തിന്റെ വേദന അനുഭവിച്ചു. എനിക്കു തോന്നി, ഭർത്താവിനോട് വിശ്വസ്തത പുലർത്തിയിരുന്നത് തെറ്റായിപ്പോയെന്ന്.

6

ചന്ദ്രികയിൽ

ദൈവത്തിന്റെ പട്ടാളക്കാരൻ, എന്നാണ് എബ്ബെമാരിഗ്നൻ അറി യപ്പെട്ടിരുന്നത്. അയാൾ ആ പേർ തികച്ചും അർഹിക്കുന്നതാണ്. നീണ്ട് മെലിഞ്ഞ്, അൽപ്പം കിറുക്കുള്ള ആളാണെങ്കിലും നീതിനിഷ്ഠയുള്ള വാഴ്ത്തപ്പെട്ട പുരോഹിതനായിരുന്നു അദ്ദേഹം. അയാളുടെ വിശ്വാസ ങ്ങൾ ഉറച്ചവയായിരുന്നു. ഒരിക്കലും ചഞ്ചലമായിരുന്നില്ല. താൻ ദൈവത്തെ പൂർണമായി മനസിലാക്കിയിട്ടുണ്ടെന്നും അതനുസരിച്ചാണ് പരിപാടികളും ആഗ്രഹങ്ങളും ലക്ഷ്യങ്ങളും രൂപീകരിക്കുന്നതെന്നും അയാൾ വിശ്വസിച്ചു.

തന്റെ ഇടവകയിലെ തോട്ടത്തിലൂടെ അങ്ങോട്ടും ഇങ്ങോട്ടും നട ക്കുമ്പോൾ അയാളുടെ മനസിൽ ഒരു ചോദ്യം ഉയർന്നുവന്നു. "എന്തി നാണ് ദൈവം അതിനെ സൃഷ്ടിച്ചത്. നിർബന്ധബുദ്ധിയോടെ ചിന്തിച്ച തിനുശേഷം അയാൾ തന്നെ കാരണവും കണ്ടെത്തി. അതിനെപ്പറ്റി പരാ തിപ്പെടാൻ തനിക്ക് യാതൊരു അർഹതയുമില്ല. ദൈവമേ, നിങ്ങളുടെ പാതകൾ ഞാൻ കണ്ടെത്തുകയാണ്."

അയാൾ പറഞ്ഞു. "ഞാൻ ദൈവത്തിന്റെ ദാസനാണ്. ദൈവം എന്താണ് ചെയ്യുന്നത്, അതിന്റെ കാരണം എനിക്ക് മനസിലാവേണ്ട താണ്."

പ്രകൃതിയിലുള്ള എല്ലാറ്റിലും അഭിമാനിക്കേണ്ടതായ കേവലമായ യുക്തിബോധമുണ്ട്. എന്തുകൊണ്ട് എന്നതും എന്താണ് ആവശ്യമെ ന്നതും അന്യോന്യം പൊരുത്തപ്പെടുന്നവയാണ്. നിങ്ങൾ ഉണരുമ്പോൾ സന്തോഷവാനാകാനാണ് പ്രഭാതം വിടരുന്നത്. മഴ കൃഷിയെ നനയ്ക്കു ന്നു. സായാഹ്നങ്ങൾ നിദ്രയ്ക്ക് നിങ്ങളെ തയാറാക്കുന്നു. ഇരുണ്ട രാത്രി, നിദ്രയ്ക്കുവേണ്ടിയാണ് നിർമിക്കപ്പെട്ടത്.

പക്ഷേ, അദ്ദേഹം സ്ത്രീകളെ വെറുത്തു. ബോധപൂർവം അറിയാ തെതന്നെ ജന്മസഹജമായ ഏതോ പ്രേരണയിലെന്നവണ്ണം അയാൾ അവരെ ശപിച്ചു. അദ്ദേഹം പലപ്പോഴും യേശുവിന്റെ വാക്കുകൾ ആവർത്തിച്ചുകൊണ്ടിരുന്നു.

"അല്ലയോ സ്ത്രീ നിന്നോട് ഞാൻ എങ്ങനെയാണ് പെരുമാറേ ണ്ടത്." യേശുവിന്റെ ഈ വാക്കുകളോട് അദ്ദേഹം കൂട്ടിച്ചേർത്തു. "ദൈവ ത്തിന്റെ പ്രത്യേക സൃഷ്ടിയായ ഇതിനോട് യാതൊരുവിധ തൃപ്തിയും ഇല്ല" അയാളെ സംബന്ധിച്ചിടത്തോളം ഒരു ശിശുവിന്റെ പന്ത്രണ്ട് ഇരട്ടി സ്ത്രീക്കുവേണ്ടി എന്നും വാദിച്ചിരുന്നത് കവികളായിരുന്നു. ആദ്യത്തെ മനുഷ്യനെ കുടുക്കിയ വശീകരണശക്തിയാണവൾ. ആ ജോലിതന്നെ ഇന്നും സ്ത്രീ നടത്തിവരുന്നു. അവൾ ദുർബലയും അപകടകാരിയും രഹസ്യമായി ബുദ്ധിമുട്ടുകൾ സൃഷ്ടിക്കുന്നവളുമാണ്. അവളുടെ വിഷ ലിപ്തമായ സൗന്ദര്യത്തേക്കാൾ സ്നേഹിക്കുന്ന അവളുടെ ആത്മാവിനെ അയാൾ വെറുത്തു.

സ്ത്രീയുടെ സൗമ്യഭാവം പലപ്പോഴും തന്നെ ആക്രമിക്കുന്നതായി അയാൾക്ക് അനുഭവപ്പെട്ടു. തന്നെ അത് ബാധിക്കുകയില്ലെന്ന് അയാൾക്ക് അറിയാമെങ്കിലും തന്റെ ഹൃദയത്തെ തുടർച്ചയായി ആകർഷിക്കുന്ന സ്നേഹഭാവത്തെ തടുക്കുവാൻ അശക്തനാണെന്നും അയാൾക്ക് തോന്നി.

ദൈവം സ്ത്രീയെ സൃഷ്ടിച്ചത് മനുഷ്യനെ വശീകരിക്കുവാൻ മാത്ര മല്ല, അവനെ പരീക്ഷിക്കുവാനും കൂടിയാണെന്ന് അയാൾക്ക് മനസിലാ യി. അതുകൊണ്ട് സ്വയം രക്ഷയ്ക്കുവേണ്ടി മുൻകരുതലുകൾ എടു ക്കാതെ സ്ത്രീയെ സമീപിക്കരുത്. മനുഷ്യൻ കാത്തുനിൽക്കണം. സ്ത്രീകൾ എപ്പോഴും മനുഷ്യന്റെ നേരെ കൈകൾ നീട്ടിയും ചുണ്ടു കൾ തുറന്നുവെച്ചും കെണി ഒരുക്കിയാണ് കഴിഞ്ഞുകൂടുന്നത്.

അയാൾക്ക് കന്യാസ്ത്രീകളോട് മാത്രമെ സഹിഷ്ണുതയുള്ളൂ. അവർ പ്രതിജ്ഞ എടുക്കുന്നതുകൊണ്ട് നിരുപദ്രവകാരികളാണ്. പക്ഷേ, അവരോടും അയാൾ പരുഷമായി മാത്രമേ പെരുമാറാറുള്ളൂ. അവരുടെ ബന്ധിക്കപ്പെട്ടതും ശിക്ഷിതവുമായ ഹൃദയത്തിന്റെ അടിത്തട്ടിൽ സ്ഥിതി ചെയ്യുന്ന മൃദുലത പുരോഹിതനാണെങ്കിലും തന്നിലും കടന്നുവെന്ന് അയാൾക്ക് തോന്നി.

അയാൾക്ക് ഒരു മച്ചിനിച്ചി ഉണ്ടായിരുന്നു. സമീപത്തുതന്നെ, അവളുടെ അമ്മയുടെ കൂടെ ഒരു ചെറിയ വീട്ടിലായിരുന്നു താമസം. അവളെ ഒരു കന്യാസ്ത്രീയാക്കാനായിരുന്നു അയാൾക്ക് താൽപ്പര്യം സുന്ദരിയായ അവൾ സാഹസികസ്വഭാവമുള്ളവളും മറ്റുള്ളവരെ കളി യാക്കുവാൻ മിടുക്കുള്ളവളും ആയിരുന്നു. കന്യാസ്ത്രീ മഠത്തിന്റെ മേല ധികാരി പ്രഭാഷണം നടത്തുമ്പോൾ അവൾ പൊട്ടിച്ചിരിച്ചു. അയാൾക്ക് കോപം വരുമ്പോൾ അവൾ അയാളെ അമർത്തി ചുംബിച്ചു. അവളുടെ ആലിംഗനത്തിൽ നിന്ന് രക്ഷപ്പെടുവാൻ അയാൾ സ്വയം അറിയാതെ

ശ്രമിച്ചുകൊണ്ടിരുന്നു. എങ്കിലും ഏത് മനുഷ്യനിലും അഗാധതയിൽ ഉറ
ങ്ങിക്കിടക്കുന്ന പിതൃത്വമെന്ന ബോധം ഉണർന്നു വരുമ്പോഴുണ്ടാകുന്ന
മധുരിക്കുന്ന സന്തോഷം അയാളിൽ ഉണ്ടായി.

വയലിലെ വരമ്പിലൂടെ അവളുടെ കൂടെ നടന്നുപോകുമ്പോൾ ആ
പുരോഹിതൻ പലപ്പോഴും ദൈവത്തെക്കുറിച്ച് സംസാരിച്ചു. പക്ഷേ,
അവൾ അതൊന്നും ശ്രദ്ധിച്ചില്ല. അവൾ ആകാശം നോക്കിക്കൊണ്ടിരി
ക്കും. പുല്ലും പുഷ്പവും നോക്കും. അവളുടെ കണ്ണുകളിൽ ജീവിത
ത്തിന്റെ ആനന്ദം ദൃശ്യമായിരുന്നു. ചിലപ്പോൾ കാണുന്ന പറവകളെ പിടി
ക്കാൻ അവൾ ശ്രമിച്ചു. അവർ പറയും.

"അങ്കിൾ, ഇവ എത്രമാത്രം സുന്ദരമായിരിക്കുന്നു. എനിക്ക് അതിനെ
ചുംബിക്കുവാൻ തോന്നുന്നു. അവളുടെ ആവേശം പുരോഹിതനെ അല
ട്ടുകയും വിഷമിപ്പിക്കുകയും ചെയ്തു. എങ്കിലും സ്ത്രീ ഹൃദയങ്ങളിൽ
ഉറവായി വരുന്ന ആ മൃദുലത അയാൾ ദർശിച്ചു.

ഒരുദിവസം, മഠം സൂക്ഷിക്കുന്ന കാവൽക്കാരന്റെ ഭാര്യ പുരോഹി
തനോട് വളരെ കരുതലോടെ പറഞ്ഞു; "മച്ചുനിച്ചിക്ക് ഒരു കാമുകനു
ണ്ട്."

അയാൾ വികാരവിവശനായി. അയാൾക്ക് ശ്വാസം മുട്ടുന്നതുപോലെ
തോന്നി. മുഖക്ഷൗരം ചെയ്തിരുന്നപ്പോൾ ഇട്ട സോപ്പ് അയാളുടെ
മുഖത്തു മുഴുവനും പരന്നു.

ചിന്തിക്കുവാനും സംസാരിക്കുവാനും കഴിയുമെന്ന നിലവന്നപ്പോൾ
അയാൾ പറഞ്ഞു.

"മെലീനി, അത് സത്യമല്ല. നീ കളവ് പറയുകയാണ്."

പക്ഷേ, ആ കർഷകസ്ത്രീ കൈ തന്റെ ഹൃദയത്തിനുമേൽ വച്ച്
പറഞ്ഞു. "ഞാൻ കളവ് പറയുകയാണെങ്കിൽ, ദൈവം എന്നെ ശിക്ഷി
ക്കട്ടെ."

"ഞാൻ നിങ്ങളോട് പറയുന്നു, അവൾ എല്ലാ സായാഹ്നങ്ങളും
ഞങ്ങളുടെ സഹോദരി കിടന്നു കഴിഞ്ഞാൽ അയാളുടെ അടുത്തു പോകു
ന്നു. നദിക്കരയിൽവച്ചാണു അവർ അന്യോന്യം കാണുന്നത്. പത്ത്
മണിക്കും അർധരാത്രിക്കും ഇടയിൽ. അവിടെ പോയാൽ മതി, കാണാൻ
കഴിയും."

താടി തടവിക്കൊണ്ടിരുന്നത് അയാൾ നിർത്തി അയാൾ ഗൗരവമായ
ചിന്തയ്ക്കു വിധേയനായി മുറിയിൽ അങ്ങുമിങ്ങും നടന്നു. വീണ്ടും
ഷെയ്വ് ചെയ്യാൻ തുടങ്ങി. അപ്പോൾ മൂക്കിനും ചെവിക്കും ഇടയിൽ
മൂന്നുപ്രാവശ്യം മുറിഞ്ഞു.

ദിവസം മുഴുവൻ അയാൾ നിശ്ശബ്ദനായിരുന്നു. കോപവും വിദ്വേ
ഷവും അയാളുടെ മനസിൽ നിറഞ്ഞുനിന്നു. പ്രേമത്തിന് ശക്തമായി
എതിരായിരുന്നു അയാളുടെ പൗരോഹിത്യ ധർമം. ഒരു അച്ഛനും ഗുരുവും
ആത്മാക്കളുടെ സൂക്ഷിപ്പുക്കാരനുമെന്ന നിലയിൽ ഈ കാര്യത്തിൽ
അമർഷം തോന്നി. കളിയിൽ ഒരു കുട്ടിയാൽ വഞ്ചിക്കപ്പെട്ടുവെന്ന തോന്ന

ലുണ്ടായി. തങ്ങളുടെ മക്കൾ തങ്ങളുടെ ഉപദേശത്തിനു വിരുദ്ധമായി ഒരാളെ ഭർത്താവായി കണ്ടെത്തിയെന്ന് പറയുമ്പോൾ തോന്നുന്ന തര ത്തിൽ അഹംഭാവത്തെ മുറിവേൽപ്പിക്കുന്ന ദുഃഖം അയാൾക്ക് അനുഭവ പ്പെട്ടു.

അത്താഴം കഴിഞ്ഞ് അൽപ്പം വായിക്കുവാൻ ശ്രമിച്ചെങ്കിലും സാധി ച്ചില്ല. അയാൾക്ക് ഒന്നിനോടും പൊരുത്തപ്പെടുവാൻ കഴിഞ്ഞില്ല. രാത്രി കാലങ്ങളിൽ രോഗശയ്യയിൽ കിടക്കുന്ന രോഗികളെ കാണാൻ പോകു മ്പോൾ എടുക്കുന്ന കുണ്ടൻവടി എടുത്ത്, ക്ലോക്കിൽ പത്തുമണി അടി ച്ചപ്പോൾ പുറപ്പെട്ടു. ഒരു നാട്ടിൻപുറത്തുകാരന്റെ കരുത്തുള്ള മുഷ്ടിയി ലെന്നവണ്ണം അയാൾ ആ വടി കൈയിലെടുത്ത് വൃത്താകൃതിയിൽ ചുഴ റ്റിക്കൊണ്ടിരുന്നു. പെട്ടെന്ന് അയാൾ ആ ദണ്ഡുയർത്തി. പിന്നെ പല്ലിറു ക്കിക്കൊണ്ട് താഴ്ത്തി. അയാൾ കസേരയുടെ പിൻവശത്ത് അടിച്ചപ്പോൾ അത് രണ്ടായി പിളർന്ന് നിലത്തുവീണു.

പുറത്തേക്ക് പോവാൻ അയാൾ വാതിൽ തുറന്നു. പക്ഷേ, അന്നേ വരെ കാണാത്ത ഭംഗിയോടുകൂടി ചന്ദ്രിക കണ്ടപ്പോൾ പടിയിൽ നിന്നു പോയി.

അപ്പോൾ അയാളിൽ ആത്മാവ് ഉണർന്നു. സ്വപ്നജീവികളായ കവി കൾക്കും പള്ളിയിലെ അച്ചന്മാർക്കും അനുഭവപ്പെടാറുള്ള അതേ ആത്മാവ്. അയാൾ പെട്ടെന്ന് സൗമ്യനായി. നിശീഥിനിയുടെ മങ്ങിയ പ്രശാന്തസുന്ദരമായ വെളിച്ചം അയാളെ തരളിതനാക്കി.

അയാളുടെ കൊച്ചു തോട്ടത്തിൽ നട്ട പഴവൃക്ഷങ്ങളുടെ ചെറിയ ചില്ലകളിൽ പച്ചകാണാൻ കഴിയാത്ത വണ്ണം പാതകളിൽ നിലാവ് നിഴൽ വിരിച്ചു. ചുമരിൽ കയറിപ്പിടിച്ചുകിടക്കുന്ന പടർപ്പു ചെടികളിലെ പൂക്കളിൽ നിന്ന് പുറപ്പെട്ട സുഗന്ധം ഊഷ്മളവും തെളിഞ്ഞതും ആയ ആ രാത്രിയിൽ പ്രസരിച്ചു.

അയാൾ ദീർഘമായി നിശ്വസിച്ചു. മദ്യപന്മാർ വീഞ്ഞ് വലിച്ചുകുടി ക്കുന്നതുപോലെ ശുദ്ധവായു വലിച്ചു കയറ്റിക്കൊണ്ട്, തന്റെ മച്ചുനിച്ചിയെ മറന്ന് മെല്ലെ മെല്ലെ നടന്നുനീങ്ങി.

തുറന്ന സ്ഥലത്ത് എത്തിയപ്പോൾ അയാൾ ചിന്താധീനനായി. ആ സുന്ദരമായ രാത്രിയുടെ മാസ്മരികയിൽ മുങ്ങി നിൽക്കുകയാണ് പ്രകൃ തി. തവളകൾ കൂട്ടമായുണ്ടാക്കുന്ന പുരുഷസംഗീതം വായുവിൽ അല യടിച്ചു. ചന്ദ്രികയുടെ വിലോഭനം നിമിത്തം വിദൂരതയിൽ നിന്ന് വരുന്ന വാനമ്പാടികളുടെ പാട്ട് ചിന്തകൾ ഉണർത്തിയില്ലെങ്കിലും സ്വപ്നത്തി ലെവണ്ണം ചുംബനസദൃശ്യമായ ഗാനവീചികൾ വ്യാപിച്ചു.

ആ പുരോഹിതൻ നടന്നുകൊണ്ടിരുന്നു. അയാളുടെ ധൈര്യം കുറ ഞ്ഞുവന്നു. എന്തുകൊണ്ടാണെന്ന് അയാൾക്ക് മനസിലായില്ല. പെട്ടെന്ന് ക്ഷീണിതനും അവശനുമായി അവിടെത്തന്നെ ഇരുന്നു. ദൈവത്തിന്റെ എല്ലാ പ്രവൃത്തികളും ദൈവത്തെ പ്രകീർത്തിക്കണമെന്ന് അയാൾക്ക് തോന്നി.

അയാളുടെ താഴെ ആ ചെറിയ നദിയിലൂടെ വളവിനെ ചുറ്റി പോപ്ളാർ മരങ്ങളുടെ ഒരു വലിയ നിര ഉണ്ടായിരുന്നു. നദിയുടെ കരക ളിലായി മൂടൽ മഞ്ഞിലും വെളുത്ത നീരാവിയിലും ചന്ദ്രരശ്മികൾ കടന്നു ചെന്ന് വെള്ളിപോലെ പ്രത്യേക വെളിച്ചം വിതറി.

പുരോഹിതൻ വീണ്ടും നിന്നു. ശക്തവും വർധിച്ചു വരുന്നതുമായ വികാരം അയാളുടെ ആത്മാവിന്റെ ആഗാധയിലേക്ക് തുളഞ്ഞുകയറി. അവ്യക്തമായ അസ്വസ്ഥത അയാളെ പിടികൂടി. തന്നോടുതന്നെ ചോദി ച്ചിരുന്ന ചില സംശയങ്ങൾ പുനർജനിച്ചതായി അയാൾക്കു തോന്നി.

എന്തിനാണ് ദൈവം ഇങ്ങനെ ചെയ്യുന്നത്. രാത്രി, ബോധംകെട്ട നിദ്രയ്ക്കും വിശ്രമത്തിനും എല്ലാം മറക്കുന്നതിനും വേണ്ടി വിധിക്കപ്പെ ട്ടിരിക്കെ, എന്തിനാണ് പകലിനെയും ഉഷസിനെയും സൂര്യാസ്തമ നത്തേയും കവച്ചുവയ്ക്കുന്ന സൗന്ദര്യവും രാത്രിക്കുണ്ടായത്. എന്തി നാണ് സൂര്യനേക്കാളും കൂടുതൽ വിദൂരതയിൽ നിന്ന് കാവ്യാത്മകമായ മയക്കം സൃഷ്ടിക്കുന്ന നക്ഷത്രങ്ങളെ സൃഷ്ടിച്ചത്. അവ എന്തിനാണ് ഈ ജ്യോതിർഗോളത്തിലെ എല്ലാ നിഴലുകളിലും വെളിച്ചം പകരുന്നത്. എന്തുകൊണ്ടാണ് ഏറ്റവും മധുരമായ ഗാനം രാത്രിയിൽ ഉണ്ടാവുന്നത്? എന്തിനാണ് ലോകത്തിൽ ഈ പകുതി മൂടുപടം? എന്തിനാണ് ഹൃദയം ഇങ്ങനെ പിടക്കുന്നത്? ആത്മാവിന്റെ ഈ വികാരസാന്ദ്രതയും ശരീര ത്തിന്റെ ഗ്ലാനിയും എന്തുകൊണ്ട് സംഭവിക്കുന്നു? രാത്രി നിദ്രകൊണ്ടു വരുമെന്നിരിക്കെ മനുഷ്യവർഗം ഒരിക്കലും ദർശിച്ചിട്ടില്ലാത്ത സൗന്ദര്യ പ്രദർശനം എന്തിനാണ്? ആർക്കുവേണ്ടിയാണ് ഉദാത്തമായ പ്രദർശനം! സ്വർഗത്തിൽ നിന്ന് ഭൂമിയിലേക്കുള്ള ഈ കവിതാപ്രവാഹം കൊണ്ട് എന്താണുദ്ദേശിക്കുന്നത്? ആ പുരോഹിതന് ഒട്ടുംതന്നെ മനസിലായില്ല.

ആ പുൽപ്രദേശത്തിന്റെ വക്കിലൂടെ പ്രകാശിക്കുന്ന മഞ്ഞിൽ മുങ്ങിയ വൃക്ഷങ്ങളുടെ ശാഖകൾ ഉണ്ടാക്കുന്ന കമാനത്തിനടിയിലൂടെ രണ്ടുനിഴലുകൾ കാണാമായിരുന്നു.

പുരുഷൻ ഉയരം കൂടിയവനായിരുന്നു. അയാൾ കഴുത്തിൽ ചുറ്റി പ്പിടിച്ചു. അവളുടെ നെറ്റിയൽ ഇടയ്ക്കിടെ ചുംബിച്ചുകൊണ്ടിരുന്നു. സ്വർഗ ത്തിൽ നിന്നിറങ്ങിയ ഒരു ദൈവിക വസ്തുപോലെ ഈ ഭൂവിഭാഗം അവരെ ആവരണം ചെയ്തു. ആ രണ്ടുപേർക്കും വേണ്ടിയാണ് ശാന്തവും നിശ്ശബ്ദവുമായ ഈ രാത്രി സൃഷ്ടിക്കപ്പെട്ടത്. ദൈവം നൽകിയ ജീവ നുള്ള ഉത്തരം പോലെ ആ രണ്ടുപേർ പുരോഹിതനെ സമീപിച്ചു.

അയാൾ തുടിക്കുന്ന ഹൃദയവുമായി വികാരധീനനായി അനങ്ങാതെ നിന്നു. പരിശുദ്ധ ബൈബിളിൽ പ്രസ്താവിച്ചുട്ടുള്ള ദൈവത്തിന്റെ അഭീ ഷ്ടസാഫല്യമായ റൂത്തിന്റെയും ബോസിന്റെയും പ്രേമകഥപോലുള്ള സംഭവങ്ങൾക്ക് സാദൃശ്യമാണ് അവരുടെ പ്രേമബന്ധമെന്ന് അയാൾക്ക് തോന്നി. അദ്ദേഹത്തിന്റെ തലയിൽ ദിവ്യഗീതത്തിന്റെ ശീലുകൾ കടന്നു ചെന്നതിന്റെ ഫലമായി ശരീരത്തെ കീഴ്പെടുത്തുന്ന കവിത ഉണർന്നു വന്നു. അത് സൗമൃതയും പ്രേമവും വളർത്തി. അയാൾ അയാളോട് തന്നെ

പറഞ്ഞു. "മനുഷ്യരുടെ പ്രേമത്തെക്കുറിച്ചുള്ള ദൈവത്തിന്റെ ആദർശ ങ്ങൾക്ക് രൂപം നൽകുവാനാണ് ഇത്തരം സുന്ദരരാത്രികൾ ദൈവം സൃഷ്ടിച്ചിരിക്കുന്നത്."

കൈകൾ കോർത്തുകൊണ്ട് നിന്ന ആ രണ്ടുപേരിൽ നിന്ന് അയാൾ മാറിനിന്നു. അത് അയാളുടെ മച്ചുനിച്ചി തന്നെയായിരുന്നു. അയാൾ സ്വയം പറഞ്ഞു. 'ദൈവത്തെ നിഷേധിക്കുന്നത് ഞാൻ തന്നെയല്ലേ?' ദൈവം തീർച്ചയായും പ്രേമത്തെ അംഗീകരിക്കുന്നു. അതുകൊണ്ടാണ് അവൻ ഈ പ്രേമത്തെ മനോഹരമായ തേജസ്സുകൊണ്ട് മൂടുന്നത്.

തനിക്ക് പ്രവേശനത്തിന് അർഹതയില്ലാത്ത ഒരു ക്ഷേത്രത്തിൽ അതിക്രമിച്ച് കടന്നതുപോലെ, അത്ഭുതത്തോടും ലജ്ജയോടും കൂടെ അയാൾ കടന്നുപോയി.

7

പ്രേമത്തിന്റെ വാക്കുകൾ

ഞായറാഴ്ച

നിങ്ങൾ എനിക്ക് എഴുതുന്നില്ല. ഞാൻ ഒരിക്കലും നിങ്ങളെ കാണു ന്നില്ല. നിങ്ങൾ വരുന്നില്ല. അതുകൊണ്ട് ഞാൻ ധരിക്കുന്നത് നിങ്ങൾ എന്നെ സ്നേഹിക്കുന്നത് അവസാനിപ്പിച്ചുവെന്നാണ്. എന്തുകൊണ്ടാണ് അങ്ങനെ? ഞാൻ എന്താണ് ചെയ്തത്? എന്നോടു പറയുവാൻ ഞാൻ പ്രാർഥിക്കുന്നു. എന്റെ പ്രിയപ്പെട്ട പ്രേമധാമമേ ഞാൻ അത്രയ്ക്കുമാത്രം നിങ്ങളെ സ്നേഹിക്കുന്നു. നിങ്ങൾ ഇവിടെ എന്റെ അരികിൽ ഉണ്ടായി രിക്കണമെന്നും എനിക്ക് ഓർമിക്കുവാൻ കഴിയുന്ന ഓമനപ്പേരുകൾ വിളി ക്കുമ്പോഴൊക്കെ എന്നെ ചുംബിച്ചുകൊണ്ടിരിക്കണമെന്നും ഞാൻ ആഗ്ര ഹിക്കുന്നു. ഞാൻ നിങ്ങളെ ആരാധിക്കുന്നു, എന്റെ പ്രിയപ്പെട്ട പൂവൻകോഴി.

നിന്റെ പ്രിയപ്പെട്ട സ്നേഹിത,
സോഫിയ
തിങ്കളാഴ്ച

ഞാൻ നിന്നോടു പറയുവാൻ പോകുന്നതിൽ ഒന്നും തന്നെ നിനക്ക് മനസിലാവുകയില്ല. അത് സാരമില്ല. എന്റെ കത്ത് മറ്റേതെങ്കിലും സ്ത്രീ വായിക്കുവാൻ ഇടവന്നാൽ അതവൾക്ക് നേട്ടമായിരിക്കും.

നീ ബധിരയും മൂകയും ആയിരുന്നുവെങ്കിൽ ഞാൻ നിന്നെ വളരെ ക്കാലം സ്നേഹിച്ചിട്ടുണ്ടാവുമെന്നതിൽ സംശയമില്ല. ഇങ്ങനെ സംഭവി ക്കുന്നതിനു കാരണം നിനക്ക് സംസാരിക്കുവാൻ കഴിയുമെന്നതാണ്. അത്രമാത്രം.

പ്രേമത്തിൽ സ്വപ്നങ്ങൾ സൃഷ്ടിക്കപ്പെടുന്നത് പാടുവാനാണ്

അങ്ങനെ ചെയ്യുമ്പോൾ അത് വിശദീകരിക്കുവാൻ ശ്രമിക്കരുത്. രണ്ടു ചുംബനങ്ങൾക്കിടയിൽ ഒരാൾ സംസാരിക്കുമ്പോൾ ആത്മാക്കൾ ആസക്തമാവുന്ന ഭ്രാന്തമായ സ്വപ്നം വ്യാഖ്യാനിക്കുവാൻ ശ്രമം നടക്കും. അതായത്, ഉദാത്തമായ വാക്കുകൾ സംസാരിക്കുന്നില്ലെങ്കിൽ മാത്രം. പക്ഷേ, കുട്ടികളുടെ ചെറിയ വായിൽ നിന്ന് ഉദാത്തമായ വാക്കുകൾ ഒരിക്കലും വരികയില്ല.

നീ എന്നെ ഒട്ടുംതന്നെ മനസിലാക്കുന്നില്ല, ശരിയല്ലേ? അത് നല്ല താണെന്ന മട്ടിൽ ഞാൻ അങ്ങനെ പോകുന്നു. ഞാൻ കണ്ട സുന്ദരികളും ആരാധിക്കപ്പെടേണ്ടവരുമായ സ്ത്രീകളിൽ ഒരാളാണ് നീ.

നിന്റേതിനേക്കാൾ കൂടുതൽ സ്വപ്നങ്ങളുള്ള കണ്ണുകൾ ഈ ഭൂമിയിൽ വേറെയുണ്ടോ? അറിയപ്പെടാത്ത വാഗ്ദാനങ്ങൾ, പ്രേമത്തിന്റെ അഗാധതകൾ എന്നിവ മറ്റേത് കണ്ണുകൾക്കാണുള്ളത്? ഉണ്ടെന്ന് ഞാൻ വിചാരിക്കുന്നില്ല. വക്രമായ ചുണ്ടുകളോടു കൂടിയ നിന്റെ വായ പുഞ്ചിരി തൂകുമ്പോൾ സൃഷ്ടിക്കപ്പെടുന്ന ആനക്കൊമ്പിന്റെ വാതായനങ്ങൾ കാണുമ്പോൾ പറയുവാൻ തോന്നുന്നത്, ഹൃദയാകർഷമായ സംഗീതം അവാച്യമായിരിക്കുന്നുവെന്നാണ്. അത് വർണാതീതമായ ശാലീനതയും ദീർഘനിശ്വാസം സൃഷ്ടിക്കുന്ന മാധുര്യവും ഉൾക്കൊള്ളുന്നു.

അപ്പോഴാണ് നീ എന്നോട് സംസാരിക്കുന്നത്. എന്നെ വിഷമിപ്പിക്കുന്നതും അതുതന്നെ. ഈ വിഷമം എന്റെ നാവിന് പറയുവാൻ കഴിയുന്നതിലുമപ്പുറമാണ്. നിന്നെ ഒരിക്കലും കാണാതിരിക്കുന്നതാണ് നല്ലതെന്ന് ഞാൻ വിചാരിക്കുന്നു.

നീ കരുതുന്നത് എന്നെ മനസിലാക്കാൻ കഴിയുന്നില്ലെന്നാണ് ശരിയല്ലേ? അതിന്മേലാണ് എന്റെ എല്ലാ കണക്കുകൂട്ടലുകളും.

എന്റെ താമസസ്ഥലത്ത് നീ ആദ്യമായി വന്നത് ഓർക്കുന്നുണ്ടോ. എത്ര സന്തോഷവതിയായാണ് നീ ഉള്ളിലേക്ക് വന്നത്. നിന്റെ പ്രവേശനം അറിഞ്ഞത് എന്റെ വസ്ത്രത്തിന്റെ സുഗന്ധത്തിലൂടെയാണ്. ഒന്നും ഉരിയാടാതെ നാം വളരെനേരം അന്യോന്യം നോക്കിയിരുന്നു. അതിനു ശേഷം രണ്ടു വിഡ്ഢികളെപ്പോലെ ആലിംഗനം ചെയ്തു. അതുമുതൽ അവസാനം വരെ നാം ഒറ്റവാക്കും ഉരിയാടിയില്ല.

പക്ഷേ, നാം വേർപിരിഞ്ഞപ്പോൾ നമ്മുടെ വിറയ്ക്കുന്ന കൈകളും നമ്മുടെ കണ്ണുകളും പലതും പറഞ്ഞില്ലേ? അത് ഒരു ഭാഷയിലും പ്രകടിപ്പിക്കുവാൻ സാധിക്കുന്നതായിരുന്നില്ല. നീ പോകുമ്പോൾ പറഞ്ഞു.

"നാം വീണ്ടും വേഗം അന്യോന്യംകണ്ടുമുട്ടും."

അതായിരുന്നു നീ ആകെ പറഞ്ഞത്. എത്രമാത്രം സുന്ദരസ്വപ്നങ്ങളാണ് നീ എന്നിൽ ഉണർത്തിയതെന്ന് ഒരിക്കലും നിനക്ക് ഊഹിക്കുവാൻ കഴിയുകയില്ല. നിന്റെ ചിന്തയിൽ എന്താണുള്ളതെന്ന് ഊഹിക്കുവാൻ എനിക്ക് കഴിയും.

എന്റെ പാവം കുട്ടി, ബുദ്ധിശൂന്യരല്ലാത്ത, സംസ്കാരമുള്ള ഏറെക്കുറെ ഉയർന്നു നിൽക്കുന്ന ആളുകളെ സംബന്ധിച്ചിടത്തോളം

പ്രേമമെന്നത് വളരെ സങ്കീർണമായ ഉപാധിയാണ്. ഒരു ചെറിയ പ്രശ്ന മുണ്ടായാൽ മതി അതിന്റെ താളം തെറ്റും. നിങ്ങൾ സ്ത്രീകൾ പ്രേമ ത്തിലായിരിക്കുമ്പോൾ ചില സംഗതികളുടെ പരിഹാസ്യമായ വശം കാണുകയില്ല. ചില ഭാവപ്രകടനങ്ങളുടെ അവലക്ഷണമായ രൂപം മന സിലാവുകയുമില്ല.

ഒരു ചെറിയ കറുത്ത സ്ത്രീയുടെ വായിൽ നിന്നു വരുന്ന വാക്കു കൾ തടിച്ച മുടി കുറഞ്ഞ സ്ത്രീയുടെ വായിൽക്കൂടെ വരുമ്പോൾ തികച്ചും തമാശയുള്ളതായി തോന്നുന്നു. ഭംഗിവാക്ക് പറഞ്ഞ് മയക്കുന്ന ഒരാളുടെ മാർഗം വേറൊരു സ്ത്രീയുടെ കാര്യത്തിലാവുമ്പോൾ എന്തു കൊണ്ടാണ് ഒരാളുടെ ലാളനകൾ മറ്റൊരാൾക്ക് അരോചകമായി തോന്നു ന്നത്? കാരണം, എല്ലാറ്റിനും പ്രത്യേകിച്ച് പ്രേമത്തിൽ ചലനത്തിലും സ്വരത്തിലും പ്രകടനത്തിലുമെല്ലാം പരിപൂർണമായ സമന്വയം ഇല്ലാതെ വരുന്നതുകൊണ്ടാണ്. പ്രായം, ഉയരം, മുടി, നിറം എന്നിവയിൽ കൂടി പരിപൂർണമായ യോജിപ്പ് ഉണ്ടായിരിക്കണം.

മുപ്പത്തഞ്ച് വയസുള്ള ഒരു സ്ത്രീ അവളുടെ ചടുലമായ വൈകാ രികത നിറഞ്ഞ പ്രേമം നിലനിർത്തുവാൻ ഇരുപത് വയസുള്ളപ്പോഴത്തെ ലാളനകളോടെ വ്യത്യസ്തമായ രീതിയിൽ പെരുമാറേണ്ടിവരും. അങ്ങനെയല്ലെങ്കിൽ പത്തു കാമുകന്മാരിൽ ഒമ്പത് പേരെയും അവൾക്ക് വെറുപ്പിക്കേണ്ടി വരും. ഞാൻ പറയുന്നത് നിനക്ക് മനസിലാവുന്നുണ്ടോ? ഇല്ലെന്ന് തോന്നുന്നു.

നിന്റെ മൃദുലതയ്ക്ക് നീ കടിഞ്ഞാണിട്ട നിമിഷം മുതൽ എന്നെ സംബന്ധിച്ചിടത്തോളം എല്ലാം അവസാനിച്ചു കഴിഞ്ഞു. ചിലപ്പോൾ നാം അറ്റമില്ലാത്ത ചുംബനത്തിൽ അമർന്ന് അഞ്ചു നിമിഷങ്ങളോളം ആലിം ഗനബന്ധിതരാവും. ഈ ചുംബനവേളയിൽ കമിതാക്കൾ അവരുടെ കണ്ണു കൾ അടയ്ക്കുന്നു. അവരുടെ ആത്മാവിന്റെ ഒരംശം രക്ഷപ്പെട്ടുപോവാ തിരിക്കാനാണ് അങ്ങനെ ചെയ്യുന്നത്. നമ്മുടെ ചുണ്ടുകൾ വേർപെട്ട് കഴി ഞ്ഞാൽ നീ എന്നോട് പറയും.

ഇത് സുന്ദരമായിരിക്കുന്നു; എന്റെ തടിയൻ പന്നി. അത്തരം സന്ദർഭങ്ങളിൽ എനിക്ക് നിന്നെ തല്ലാമായിരുന്നു. കാരണം നീ പാചക പുസ്തകങ്ങളിലും തോട്ടപ്പണിയെ പറ്റിയുള്ള പുസ്തകങ്ങളിലും വായിച്ച എല്ലാ മൃഗങ്ങളുടേയും പേർ ചൊല്ലി എന്നെ വിളിക്കാറുണ്ടായിരുന്നു. പക്ഷേ, ഒന്നും ചെയ്തില്ല. സാരമില്ല.

പ്രേമനിർഭരമായ ലാളനകൾ വിചിത്രവും മൃഗീയവുമായിരുന്നു. ഓ, പ്രിയപ്പെട്ട കുട്ടി, ഏത് ചിരിക്കുന്ന ദുർഭൂതമാണ്, ഏത് ശപിക്കപ്പെട്ട ദേവ തയാണ് എന്നിൽ പ്രേരണചുമത്തിയത്? നിന്റെ കത്തിലെ അവസാന വാക്കുകൾ എഴുതുവാൻ? അത്തരം വാക്കുകളുടെ ഒരു വലിയ ശേഖരം തന്നെ എന്റെ കൈയിലുണ്ട്. പക്ഷേ, എനിക്ക് നിന്നോട് പ്രേമം തോന്നു ന്നതിനാൽ ഞാൻ നിന്നെ കാണിക്കുകയില്ല.

ചിലപ്പോൾ നീ പറയുന്നത്, തികച്ചും അവസരവാദപരമായ കാര്യ

ങ്ങളാണ്. ഉദാഹരണമായി നിനക്ക് ഇപ്പോൾ, "ഞാൻ നിങ്ങളെ സ്നേഹി ക്കുന്നു" എന്ന് ആദരവോടെ പറയുവാൻ കഴിഞ്ഞു. ഇത് കണ്ടപ്പോൾ ചിരി അടക്കാൻ ഞാൻ വളരെ പാടുപെടേണ്ടിവന്നു. അപ്രസക്തമായ കാര്യമാണത്. നല്ല പെരുമാറ്റങ്ങൾക്ക് വിരുദ്ധവുമാണ്.

നീ എന്നെ മനസിലാക്കുന്നില്ല. അതുപോലെ മറ്റു പല സ്ത്രീകൾ ക്കും എന്നെ മനസിലാക്കുവാൻ കഴിയുന്നില്ല. അവർ എന്നെ ഒരു മന്ദ ബുദ്ധിയായിട്ടാണ് കണക്കാക്കുന്നത്. പക്ഷേ, അതൊന്നും എന്നെ ഒട്ടും ബാധിച്ചിട്ടില്ല. വിശക്കുന്നവൻ അത്യാർത്തിയുള്ളവനെപ്പോലെ തിന്നുന്നു. പക്ഷേ സംസ്കാരമുള്ള മനുഷ്യന് അതുകാണുമ്പോൾ മടുപ്പ് വരുന്നു. അവൻ നിസ്സാര കാരണം നിമിത്തം ഭക്ഷണം വേണ്ടെന്നു വയ്ക്കുന്നു.

എന്തുകൊണ്ടാണ് സുന്ദരമായുണ്ടാക്കിയ അലങ്കാരപ്പണികളോടു കൂടിയ കാലുറകളും മനോഹരമായ തൊങ്ങലുകളോടു കൂടിയ അടിവ സ്ത്രങ്ങളും ധരിക്കുന്നതിൽ സ്ത്രീകൾ ആവേശഭരിതരാവുന്നത്? പല ആഡംബരങ്ങളും ധരിക്കുന്നതിൽ, അടക്കിവയ്ക്കാൻ കഴിയാത്ത ആവേ ശമുള്ള സ്ത്രീകൾ, അർഥമില്ലാത്ത വിഡ്ഢിത്തങ്ങളും അസ്ഥാനത്തുള്ള പദങ്ങളും ഉപയോഗിക്കുന്നതിൽ താൽപ്പര്യം കാണിക്കുന്നത്?

ചിലപ്പോൾ പരുഷവും മൃഗീയവുമായ അഭിപ്രായ പ്രകടനങ്ങൾ അത്ഭുതങ്ങൾ സൃഷ്ടിക്കും. അവ ഇന്ദ്രിയങ്ങളെ ഉത്തേജിപ്പിക്കുകയും ഹൃദയം ശക്തിയായി സ്പന്ദിപ്പിക്കുകയും ചെയ്യും.

ശരിയായ സമയത്ത് വന്നുചേരുന്ന ഒന്നും, എന്നെ പേടിപ്പിക്കുന്നി ല്ല. അപ്പോഴാണ് നാം അനാവശ്യമായത് അടക്കിവയ്ക്കേണ്ടതെന്നും അർ ഥമില്ലാത്ത പദപ്രയോഗങ്ങൾ ഒഴിവാക്കേണ്ടതെന്നും പഠിക്കേണ്ടതുണ്ട്.

നീ ഒന്നും പറയുകയില്ലെന്ന ഉപാധിയിൽ വികാരനിർഭരമായി ഞാൻ നിന്നെ ആലിംഗനം ചെയ്യുന്നു.

റെനിൽ

8

വയസാകുമ്പോൾ

ആ രണ്ടു സുഹൃത്തുക്കൾ കഫേയിലെ ജാലകത്തിലിരുന്ന് ഭക്ഷണം കഴിച്ചു. അവർ പുറത്തേക്ക് നോക്കിയപ്പോൾ ചോലമരപ്പാത യിൽ നിറയെ ആളുകളായിരുന്നു. ഗ്രീഷ്മകാലത്തെ മാധുര്യമുള്ള നിശീ ഥിനിയിൽ പാരീസിൽ ഉണ്ടാവാറുള്ള ഊഷ്മളമായ മന്ദമാരുതൻ അവർക്ക് അനുഭവപ്പെട്ടു. അത്തരമൊരു സുന്ദരവേളയിൽ യാത്രക്കാർ അവരുടെ ശിരസ്സുയർത്തി പുറത്തേക്ക് പോകുവാൻ ആഗ്രഹിക്കുന്നു. എവിടേക്കെന്ന് നിശ്ചയമില്ല. ഇലച്ചാർത്തുകൾക്ക് ചുവടേയോ, നിലാവും മിന്നാമിനുങ്ങും വാനമ്പാടികളും പ്രകാശമാനമാക്കിയ എവിടേക്കോ പോകുവാൻ ആഗ്രഹിക്കുന്നു.

അതിലൊരാൾ; ഹെൻറി സൈമൺ ദീർഘമായി നിശ്വസിച്ച് പറ ഞ്ഞു.

"ഓ, എനിക്ക് വയസാവുകയാണ്. മുമ്പ് ഇത്തരം വേളയിൽ എന്റെ ശരീരത്തിലെ പിശാചിനെക്കുറിച്ച് ഞാൻ ബോധവാനായിരുന്നു. ഇപ്പോൾ എനിക്ക് തോന്നുന്നത് പശ്ചാത്താപം മാത്രം. എത്ര വേഗത്തിലാണ് ജീവിതം കടന്നുപോകുന്നത്."

അയാൾ അൽപ്പം തടിച്ച ബലവാനായിരുന്നു. നല്ല കഷണ്ടിയുമുണ്ട്. അയാൾക്ക് ഒരുപക്ഷേ നാൽപ്പത്തിയഞ്ച് വയസായിക്കാണും.

മറ്റേ ആൾ, പീറ്റർ കാർണിയയ്ക്ക് പ്രായം കൂടുതലാണ്. പക്ഷേ മെലിഞ്ഞ ആൾ. മെലിഞ്ഞിട്ടാണെങ്കിലും നല്ല ചുറുചുറുക്കുണ്ട്. അയാൾ പറഞ്ഞു:

"സുഹൃത്തേ, എന്നെ സംബന്ധിച്ചിടത്തോളം ഞാൻ പ്രായമായി ക്കഴിഞ്ഞു. ഇതുവരെ ഞാനത് മനസിലാക്കിയിരുന്നില്ല. ഞാൻ എല്ലാ

യ്പോഴും സന്തോഷവാനും ആഹ്ലാദഭരിതനും ആയിരുന്നു. നല്ല ഊർജ
സ്വലനും" അയാൾ തുടർന്നു പറഞ്ഞു:

"ഓരോ ദിവസവും കണ്ണാടിയിൽ നോക്കുമ്പോൾ കാലം വരുത്തുന്ന
മാറ്റം ഒരാൾ കണ്ടെന്ന് വരില്ല. മുഖത്തു വരുന്ന മാറ്റങ്ങൾ വളരെ മെല്ലെ
ആയതുകൊണ്ടാണ്, അത് മനസിലാക്കുവാൻ സാധിക്കാത്തത്. മാറ്റം
അറിയണമെങ്കിൽ ആറുമാസം കഴിഞ്ഞാൽ മാത്രം കണ്ണാടിയിൽ നോക്ക
ണം. അപ്പോൾ കാണാം ഭയങ്കരമായ മാറ്റം."

"സുഹൃത്തേ, സ്ത്രീകളെപ്പറ്റിയാണെങ്കിൽ എനിക്ക് സഹതാപം
തോന്നുന്നു, അവർ വെറും പാവങ്ങളാണ്. അവരുടെ എല്ലാ സൗഖ്യവും
അധികാരവും ജീവിതം തന്നെ മൊത്തമായും ആശ്രയിക്കുന്നത് അവ
രുടെ സൗന്ദര്യത്തെയാണ്. പക്ഷേ, അതാണെങ്കിൽ പത്തുകൊല്ലം
മാത്രമേ നിലനിൽക്കുകയുള്ളൂ.

"ഇതേക്കുറിച്ചൊന്നും ഓർത്ത് സംശയിക്കാതെ ഞാൻ വൃദ്ധനായി
ത്തീർന്നു. എനിക്ക് അമ്പത് വയസ്സ് പ്രായമായെങ്കിലും ഇപ്പോഴും ഒരു
യുവാവ് തന്നെയാണ്. ഞാൻ വിശ്വസിച്ചില്ല, ഒരിക്കലും ഒരുതരത്തിലുള്ള
ബലഹീനതും അനുഭവപ്പെടില്ലെന്ന്. അങ്ങനെ ജീവിതം സന്തോ
ഷത്തോടെയും സൗമ്യതയോടെയും കഴിയുന്നു.

എന്റെ തകർച്ചയുടെ കാര്യം എനിക്ക് ബോധ്യപ്പെട്ടത് ഭയങ്കരമായ
ഒരു ചെറിയ സംഗതിയോടെയാണ്. അതിനുശേഷം ഏകദേശം ആറുമാ
സത്തോളം ഞാൻ നമ്രമുഖനായിരുന്നു. പിന്നീടാണു ഞാൻ വയ
സനാണെന്ന കാര്യം അംഗീകരിച്ചത്."

"എല്ലാ പുരുഷന്മാരേയും പോലെ ഞാനും പലപ്പോഴും പ്രേമത്തി
ലായിട്ടുണ്ട്. യുദ്ധത്തിനുശേഷം, പന്ത്രണ്ടുകൊല്ലങ്ങൾക്കുമുമ്പ് ഞാൻ
എട്രിടാറ്റിലെ കടൽത്തീരത്തുവച്ച് ഒരിക്കൽ അവളെ കണ്ടു. കാലത്ത്
ആളുകൾ സ്നാനം ചെയ്യുന്ന സമയം ഇത്ര മനോഹരമായ കടൽത്തീരം
മറ്റേവിടേയും കാണാൻ കഴിയുകയില്ല. അത് കുതിരലാടത്തിന്റെ ആകൃ
തിയിലുള്ള ചെറിയ പ്രദേശമായിരുന്നു. ഉയർന്ന ചെങ്കുത്തായ പ്രദേശ
ങ്ങളാൽ ചുറ്റപ്പെട്ടതായിരുന്നു. കടലിലേക്ക് ഉന്തിനിൽക്കുന്ന വാതായന
ങ്ങൾ കാണപ്പെട്ടു. അത് ഒരു രാക്ഷസനെപ്പോലെ കടൽക്കരയിൽ സ്ഥിതി
ചെയ്തു. ഒരുകൂട്ടം സ്ത്രീകൾ അവിടെ വന്നു കൂടുന്നു. അവരുടെ തിള
ങ്ങുന്ന വസ്ത്രങ്ങൾ ഈ പ്രദേശത്തെ മനോഹരമായ ഒരു ആരാമമാ
ക്കിമാറ്റുന്നു. ഈ കടൽത്തീരത്തും വിവിധ വർണങ്ങളിലുള്ള കുടങ്ങ
ളിലും സൂര്യന്റെ പ്രകാശം പരക്കുന്നു. സ്ത്രീകളെല്ലാം സന്തോഷവതി
കളും മനോഹരാംഗികളും എപ്പോഴും പുഞ്ചിരിക്കുന്നവരും ആയിരുന്നു.
വെള്ളത്തിനടുത്ത് അവരേയും നോക്കി നിങ്ങൾക്ക് ഇരിക്കാവുന്നതാണ്.
ഫ്ലാനൽ കൊണ്ട് തുന്നിയ സ്നാനവസ്ത്രങ്ങൾ അണിഞ്ഞാണ് അവർ
വരുന്നത്. കടൽത്തീരത്തെ തിരകൾക്കടുത്ത് എത്തുമ്പോൾ സുന്ദരമായ

ചലനത്തോടെ അവർ വസ്ത്രങ്ങൾ അഴിച്ചുമാറ്റുന്നു. അവർ കടലിലേക്ക് പോവുന്നു. അവിടെ ചെറിയ വിറയലോടെ നിൽക്കുന്നു.

കുളിക്കുന്ന രംഗം നോക്കിനിൽക്കാൻ പ്രയാസം തന്നെ. കാലിന്റെ വണ്ണമുതൽ കഴുത്തുവരെ നോക്കി അവരെ വിലയിരുത്തുവാൻ കഴിയും. ദുർബലരെ വ്യക്തമായി മനസിലാക്കാൻ പറ്റും. ഒരുപക്ഷേ, തൂങ്ങിക്കിട ക്കുന്ന മാംസത്തിന് ഉപ്പുവെള്ളം ഉത്തേജനം നൽകും.

ആ യുവതിയെ ആദ്യം കണ്ടപ്പോൾ ഞാൻ സന്തോഷവാനായി. എന്നെ ആകെ പിടിച്ചു കുലുക്കി. നല്ല യുവതിയായിരുന്നു അവൾ. ഉറച്ച ശരീരപ്രകൃതിയാണ്. അപ്പോൾ എനിക്ക് ബോധ്യമായി. ഞാൻ സ്നേഹി ക്കേണ്ട സ്ത്രീ ഇവൾ തന്നെയാണെന്നും. ഞാൻ ജനിച്ചതു തന്നെ അതി നുവേണ്ടിയാണെന്ന് തോന്നി. ഞാൻ വികാരതരളിതനായിരുന്നു. അതൊരു മനഃക്ഷോഭം പോലെ അനുഭവപ്പെട്ടു.

ഞാൻ എന്നെത്തന്നെ അവൾക്ക് സമർപ്പിച്ചു. മുമ്പൊന്നുമില്ലാ ത്തപോലെ ഞാൻ സ്വീകരിക്കപ്പെട്ടു. അവൾ എന്റെ ഹൃദയം പിടിച്ചെടു ത്തു. അത് ഭയാനകവും മധുരവുമായ സംഗതിയായിരുന്നു. ഒരു സ്ത്രീയുടെ മേൽക്കോയ്മയിലേക്ക് ഞാൻ വശംവദനാകുകയായിരുന്നു. അതൊരുതരം ശിക്ഷയായിരുന്നു. അതേസമയം, അവിശ്വസനീയമാം വിധം സൗമ്യവുമായിരുന്നു. അവളുടെ നോട്ടം, പുഞ്ചിരി, മന്ദമാരുതൻ വീശുമ്പോൾ കഴുത്തറ്റം വരെ നീളുന്ന തലമുടി, മുഖത്തെ ചെറിയ ചുളി വുകൾ, അവളുടെ സൂക്ഷ്മമായ അംഗചലനങ്ങൾ എല്ലാംതന്നെ എന്നെ ആനന്ദിപ്പിച്ചു. ഞാൻ അവളിൽ അതിയായി ഭ്രമിച്ചു. അവളുടെ രൂപഭാവ ങ്ങളും മനോഭാവങ്ങളും എന്നെ അവളുടെ സ്വന്തമാക്കി. അവൾ കൂടെ എടുക്കുന്ന സാധനങ്ങൾ എന്നെ വല്ലാതെയാകർഷിച്ചു. അവളുടെ മുഖ പടം എടുത്തെറിയുന്നത് കാണാൻ ഞാൻ കാത്തുനിന്നു. അവളുടെ കൈയുറകൾ കസേരയിൽ ഇടുന്നത് ഞാൻ നോക്കിനിന്നു. അവളുടെ വസ്ത്രങ്ങൾ അനുകരണീയമാണെന്ന് എനിക്ക് തോന്നി. അവളുടെ മാതിരി തൊപ്പി മറ്റാർക്കും ഉണ്ടായിരുന്നില്ല,

അവൾ വിവാഹിതയായിരുന്നു. എല്ലാ ശനിയാഴ്ചയും ഭർത്താവ് വന്ന് അവളുടെ കൂടെ താമസിക്കും. തിങ്കളാഴ്ച മടങ്ങിപ്പോകുകയും ചെയ്യും. അയാളോട് യാതൊരുവിധ താൽപ്പര്യവും തോന്നിയില്ല. അയാ ളോട് എനിക്ക് ഒട്ടും തന്നെ അസൂയയും ഉണ്ടായിരുന്നില്ല. എന്തുകൊ ണ്ടാണ് അങ്ങനെയെന്ന് എനിക്കറിയില്ലായിരുന്നു. പക്ഷേ, എന്റെ ജീവി തത്തിൽ ഈ ആളേക്കാളും പ്രധാന്യമായ വേറെ ആളെ എനിക്ക് കാണാൻ കഴിഞ്ഞില്ല.

"ഞാൻ എത്രമാത്രം അവളെ സ്നേഹിച്ചു! അവൾ എത്രമാത്രം സുന്ദരിയായിരുന്നു. അവൾ യുവത്വവും ചന്തവും നവോന്മേഷവും ഉള്ള വൾ തന്നെ. ഒരു സുന്ദരിയായ സ്ത്രീ എങ്ങനെയായിരിക്കുമെന്ന് എനിക്

ഇതുവരെ അനുഭവമുണ്ടായിട്ടില്ല. അവൾ അത്രമാത്രം പ്രത്യേകതയും ശാലീനതയും ഉള്ളവളായിരുന്നു; മനോഹരവും സൗമ്യവുമായ പെരു മാറ്റവും ഉള്ളവളായിരുന്നു. അവളുടെ ചുണ്ടുകൾ ചലിക്കുമ്പോഴുണ്ടാ വുന്ന കവിളിലെ ചുളിവുകളിൽ പ്രത്യക്ഷപ്പെടുന്ന സൗന്ദര്യം ആരേയും മയക്കുന്നതായിരുന്നു.

അവളുടെ ശരീരത്തിന്റെ മടക്കുകളിലും നാം നാസികയെന്ന് വിളി ക്കുന്ന ചെറിയ അവയവത്തിലും എല്ലാം നമ്മെ വഴിപിഴപ്പിക്കുന്ന സൗന്ദര്യം സ്ഥിതിചെയ്തിരുന്നു.

ഈ സ്ഥിതി മൂന്നുമാസം നിലനിന്നു. പിന്നെ ഞാൻ അമേരിക്കയി ലേക്ക് പോയി. നിരാശനിറഞ്ഞ എന്റെ ഹൃദയത്തിന് മുറിവേറ്റതായി അനു ഭവപ്പെട്ടു. പക്ഷേ, അവളെക്കുറിച്ചുള്ള ചിന്ത എന്നിൽ വിജയകമായി നില നിന്നു. ഞാൻ അടുത്തുണ്ടായിരുന്നപ്പോൾ എന്നപോലെ വിദൂരത്തുള്ള പ്പോഴും അവൾ എന്നെ സ്വന്തമാക്കി.

വർഷങ്ങൾ കുറച്ചു കഴിഞ്ഞു. പക്ഷേ, ഞാൻ അവളെ മറന്നില്ല. അവളുടെ ഹൃദയാകർഷമായ രൂപം എന്റെ കണ്ണുകൾക്ക് മുമ്പിലും ഹൃദ യത്തിലും ഉണ്ടായിരുന്നു. എന്റെ ആർദ്രഹൃദയം അവളോട് വിശ്വസ്തത പുലർത്തി. എന്റെ ജീവിതത്തിൽ ഏറ്റവുമധികം സൗന്ദര്യവും ആകർഷ ണീയതയുമുള്ള ഒന്നിനെ, അങ്ങേയറ്റം സ്നേഹിച്ച സ്മരണകളെ, പ്രശാ ന്തമായ എന്റെ ആർദ്രഹൃദയം നിലനിർത്തിയിരുന്നു.

ഒരാളുടെ ജീവിതത്തിലെ പന്ത്രണ്ട് വർഷം, ഒരു ചെറിയ കാലഘട്ടം മാത്രമാണ്. ഓരോ കൊല്ലവും ഒന്നൊന്നായി സൗമ്യമായും വേഗമുള്ള തായുമെല്ലാം കടന്നുപോകുന്നു. എല്ലാം ദീർഘമായ വർഷങ്ങൾ. പക്ഷേ, വേഗം കടന്നുപോയി. യാതൊരുവിധ അടയാളവും ബാക്കിവയ്ക്കുന്നി ല്ല. ഒരാൾക്ക് ഒന്നുംതന്നെ കാണുവാനോ എങ്ങനെ പ്രായമാവുന്നുവെന്നു മനസിലാക്കുവാനോ കഴിയാതെ കാലം കടന്നുപോയി. ട്രിയാറ്റിലെ ബീച്ചിൽ ചെലവഴിച്ച ആ മനോഹരകാലം കഴിഞ്ഞ് കുറച്ച് വർഷം മാത്രമേ കഴിഞ്ഞിട്ടുള്ളൂവെന്ന് എനിക്ക് തോന്നി.

കഴിഞ്ഞ വസന്തകാലത്ത് മെയ്സൺ ലാഫീറ്റിലെ എന്റെ സുഹൃ ത്തുക്കളുടെ വീട്ടിൽ ഭക്ഷണം കഴിക്കുവാൻ പോയി. വണ്ടി പുറപ്പെടു വാൻ തുടങ്ങുമ്പോഴേക്കും ഒരു വലിയ സ്ത്രീ എന്റെ കമ്പാർട്ടുമെന്റിൽ കയറി. കൂടെ നാലു ചെറിയ പെൺകുട്ടികളും പൂർണചന്ദ്രൻ ഒരു തൊപ്പി ക്കുള്ളിലെന്നവണ്ണമുള്ള മുഖത്തോടു കൂടിയ ആ വലിയ തടിച്ച സ്ത്രീയെ ഞാൻ ശ്രദ്ധാപൂർവം നോക്കിയില്ല.

വേഗത്തിലുള്ള നടത്തത്തിന്റെ ഫലമായി ശ്വാസം വേണ്ടത്ര കിട്ടാ തിരുന്ന അവൾ ദീർഘമായി ശ്വാസം കഴിച്ചു. കുട്ടികൾ ശബ്ദമുണ്ടാക്കി ക്കൊണ്ടിരുന്നു. ഞാൻ പത്രം നിവർത്തി വായിക്കുവാൻ തുടങ്ങി.

ഞങ്ങൾ അമ്പനിയേർഡ് കടന്നുപോവുകയായിരുന്നു. അപ്പോൾ എന്റെ അടുത്തിരിക്കുന്ന സ്ത്രീ പറഞ്ഞു.

"സാർ ക്ഷമിക്കുക. നിങ്ങൾ മോൺസിയൂർ കാർനിയർ അല്ലേ?"

"അതെ, മേഡം."

അവൾ ചിരിക്കുവാൻ തുടങ്ങി. സംതൃപ്തയായ ഒരു ധീരവനിത യുടെ ചിരി. അൽപ്പം ദുഃഖം ഉണ്ടായിരുന്നു.

"നിങ്ങൾക്ക് എന്നെ മനസിലായില്ലേ?"

ഞാൻ വിഷമിച്ചു. ആ മുഖം എവിടെയോ കണ്ടിരുന്നുവെന്ന് എനിക്ക് തോന്നി. പക്ഷേ, എവിടെ വച്ച്? എപ്പോൾ ഞാൻ പറഞ്ഞു.

"അതേ, അല്ല, ഞാൻ നിങ്ങളെ തിരിച്ചറിയുന്നു. പക്ഷേ, നിങ്ങളുടെ പേർ ഓർമ വരുന്നില്ല."

ലജ്ജമൂലം അവളുടെ മുഖം ചുവന്നു. അവൾ പറഞ്ഞു. " മാഡം ജൂലി ലെഫേവർ."

അതൊരു അടികൊള്ളുന്നതുപോലെ ആയിരുന്നു. അങ്ങനെയൊന്ന് മുമ്പ് അനുഭവപ്പെട്ടിട്ടില്ല. ഒരു നിമിഷനേരം എനിക്ക് തോന്നിയത് എന്നെ സംബന്ധിച്ചിടത്തോളം എല്ലാം കഴിഞ്ഞുവെന്നായിരുന്നു. എന്റെ കണ്ണു കൾക്കു മുമ്പിലുള്ള മൂടുപടം കീറിയതായി എനിക്ക് തോന്നി. ഞാനാ ണെങ്കിൽ ഭയങ്കരവും മുറിവേറ്റതുമായ ഏതോകാര്യം കണ്ടെത്തുവാൻ ശ്രമിക്കുകയാണെന്ന് തോന്നി.

"അത് അവൾ ആയിരുന്നു. മഹതിയായ വലിയ സാധാരണസ്ത്രീ യായ അവൾ ഈ എന്നെ അത്ഭുതപ്പെടുത്തി. അവർ ആ സ്ത്രീയിൽ നിന്നാണ് വന്നത്. അവർക്ക് നല്ല ഉയരമുണ്ടായിരുന്നു. അവർ ജീവിത ത്തിൽ അവർക്കുള്ള സ്ഥാനം സ്വീകരിച്ചുകഴിഞ്ഞു. ആരേയും ആകർഷി ക്കുന്ന സൗന്ദര്യമെന്ന അത്ഭുതമായിരുന്നു അവളെങ്കിലും അത് ഞാൻ കാര്യമാക്കിയില്ല. ഞാൻ അവളെ ഇന്നലെയാണ് കണ്ടതെന്ന് എനിക്ക് തോന്നി. ഞാൻ അവളെ വീണ്ടും അതുപോലെ കാണുകയായിരുന്നില്ല. അത് സാധ്യമാണോ? ശക്തിയായ ദുഃഖം എന്റെ ഹൃദയത്തെ ബാധിച്ചു. അത് പ്രകൃതിക്കെതിരായ വിപ്ലവമായി അനുഭവപ്പെട്ടു.

ഞാൻ അത്ഭുതത്തോടെ അവളെ നോക്കി. ഞാൻ അവളുടെ കൈ പിടിച്ചു. ഞാൻ അവളുടെ യുവത്വത്തെയോർത്ത് കരഞ്ഞു.

അവളും വികാരാധീനമായി എന്നിട്ടു പറഞ്ഞു.

ഞാൻ വളരെയധികം മാറിക്കഴിഞ്ഞു. ഇത്രയും ദീർഘകാലം കൊണ്ട് മറ്റെന്താണ് നമുക്ക് പ്രതീക്ഷിക്കുവാൻ കഴിയുക. ഞാൻ ഒരു അമ്മയായി. കേവലം ഒരു അമ്മ. അതിലുമപ്പുറമൊന്നുമില്ല. ഒരു നല്ല അമ്മ. നാം വീണ്ടും കണ്ടുമുട്ടിയാൽ എന്നെ തിരിച്ചറിയുകയില്ലെന്ന് ഞാൻ ഒരിക്കലും കരുതിയില്ല. നിങ്ങളും മാറിക്കഴിഞ്ഞു. നിങ്ങളെ തിരിച്ചറിയു ന്നതിൽ തെറ്റുപറ്റാതിരിക്കാൻ എനിക്കും ശ്രമിക്കേണ്ടിവന്നു. നിങ്ങൾ നര ച്ചിരിക്കുന്നു. അതിനെപ്പറ്റി ആലോചിക്കുക, പന്ത്രണ്ടുകൊല്ലം. പന്ത്രണ്ടു കൊല്ലം എന്റെ മൂത്തമകൾക്ക് പത്തുവയസാണ് പ്രായം.

ഞാൻ ആ കുട്ടിയെ നോക്കി. അവളുടെ അമ്മയ്ക്ക് ആദ്യമുണ്ടായി രുന്ന ചന്തം അവൾക്കുമുണ്ട്. കടന്നു പോകുന്ന വണ്ടിയെപ്പോലെ കാലം വേഗം കടന്നുപോയതായി തോന്നി.

ഞങ്ങൾ മെയ്സൺ – ലെഫ്റ്റിൽ എത്തി. ഞാൻ എന്റെ പഴയ സ്നേഹിതയുടെ കൈ ചുംബിച്ചു. എനിക്കൊന്നും പറയുവാൻ സാധി ച്ചില്ല. അത്രമാത്രം വിഷമത്തിലായിരുന്നു ഞാൻ.

അന്ന് എന്റെ മുറിയിൽ തനിച്ചായിരുന്നപ്പോൾ ഞാൻ കണ്ണാടിയിൽ കുറേനേരം നോക്കിനിന്നു. കഴിഞ്ഞതിനെപ്പറ്റി ഞാൻ ഓർത്തു. എന്റെ ബ്രൗൺ നിറത്തിലുള്ള താടിയും കറുത്ത മുടിയും മുഖത്തിന്റെ രൂപഭാ വവും നോക്കിയപ്പോൾ എനിക്ക് തോന്നി, ഞാൻ വയസായിരിക്കുന്നു; സ്വസ്തി!

9

പ്രേമം

ഒരു സ്പോർട്സ്മാന്റെ പുസ്തകത്തിലെ മൂന്നു ഏടുകൾ.

പത്രങ്ങളിൽ ഒന്നിലെ സാധാരണവാർത്തകളിൽപ്പെട്ട ഒരു വികാരാവേശനാടകത്തെക്കുറിച്ചുള്ള വാർത്ത ഇതാ ഞാൻ വായിച്ചുക ഴിഞ്ഞതേയുള്ളൂ. അയാൾ അവളെ കൊന്നു; അതിനുശേഷം സ്വയം മരി ച്ചു. അയാൾ അവളെ സ്നേഹിച്ചിട്ടുണ്ടാവണം. അതിലെന്ത് കാര്യം? അവ നോ, അവളോ ആരെങ്കിലുമായിക്കൊള്ളട്ടെ. മരിച്ചത് അവരുടെ പ്രേമം മാത്രമാണ് എന്നെ ആകർഷിച്ചത്. ആ വാർത്തയിൽ ഒരു താൽപ്പര്യവും എനിക്ക് തോന്നിയില്ല. എന്നിൽ ഒരു ചലനവും സൃഷ്ടിച്ചില്ല. എന്നെ അത്ഭുതപ്പെടുത്തിയതുമില്ല. എന്റെ യുവത്വത്തെക്കുറിച്ചുള്ള ഓർമ, അതാ യത് സാഹസികമായ ഒരു വേട്ടയെക്കുറിച്ചുള്ള സ്മരണ എന്നിൽ ഉണർത്തി. സ്വർഗത്തിൽ നിന്ന് ആദ്യകാല ക്രിസ്ത്യാനികൾക്ക് കുരിശ് പ്രത്യക്ഷപ്പെട്ടതുപോലെ.

പ്രാചീന മനുഷ്യന്റെ എല്ലാ സഹജവാസനകളോടും ബോധങ്ങളോ ടെയും കൂടിയാണ് ഞാൻ ജനിച്ചത്. പക്ഷേ, ഒരു പരിഷ്കൃത മനുഷ്യന്റെ വാദങ്ങളും നിയന്ത്രണങ്ങളും വഴി അതെല്ലാം മാറിവന്നു. അങ്ങനെ നായാ ട്ടിൽ എനിക്ക് വൈകാരികമായ ഇഷ്ടം തോന്നി. പക്ഷേ, മുറിവേറ്റ മൃഗവും പക്ഷിയുടെ തൂവലും എന്റെ കൈയിൽ വീണ രക്തവും എന്നെ വീകാ രാധീനനാക്കി. എന്റെ ഹൃദയം സ്തംഭിക്കുമോയെന്നുപോലും ഭയപ്പെട്ടു.

ആ വർഷം ശിശിരം അവസാനിക്കുമ്പോൾത്തന്നെ തണുത്ത കാലാ വസ്ഥ പെട്ടെന്നുണ്ടായി. ഒരുദിവസം, എന്റെ മച്ചുനിയന്മാരിൽ ഒരാളായ കാറൽ എന്നെ ക്ഷണിച്ചു, ചതുപ്പ് നിലങ്ങളിൽ പോയി സൂര്യോദയത്തി നുമുമ്പായി താറാവുകളെ വെടിവെച്ചു പിടിക്കുവാൻ. നാൽപ്പത് വയസുള്ള എന്റെ മച്ചുനിയൻ ഒരു തമാശക്കാരനാണ്. ചുവന്ന തലമുടിയും ഉറച്ച

നല്ല ശരീരവും താടിയുള്ള ഒരു സാധാരണ നാട്ടുമ്പുറത്തുകാരൻ. അയാ
ളുടെ എല്ലാ തമാശകളും പൊരുത്തപ്പെടുവാൻ കഴിയുന്നവയായിരുന്നി
ല്ല. അയാൾ താമസിച്ചിരുന്നത് ഒരു നദി ഒഴുകുന്ന വിശാലമായ താഴ്‌വര
യിലാണ്. പകുതി ഫാംഹൗസും പകുതി വീടുമാണെന്ന് തോന്നിക്കുന്ന
എടുപ്പിലാണ് താമസിച്ചിരുന്നത്. ഇടതും വലതുമുള്ള മുറികൾ മരംകൊണ്ട്
നിർമിച്ചവയായിരുന്നു. അതിന് ചുറ്റമുള്ള കുന്നുകൾ കുറ്റിക്കാടുകൾ
കൊണ്ട് മൂടപ്പെട്ടിരുന്നു. അവയിൽ വൻ മരങ്ങൾ ധാരാളമുണ്ടായിരുന്നു.
വെടിവെയ്ക്കാൻ പറ്റിയ ഏറ്റവും നല്ല സ്ഥലമായിരുന്നു, ആ ചതുപ്പുനിലം.
ഞാൻ അതിലും മികച്ച സ്ഥലം കണ്ടിരുന്നില്ല. കുറ്റിക്കാടുകളാൽ മൂട
പ്പെട്ടിരുന്നുവെങ്കിലും നദിയിൽ ബോട്ടുകൾക്ക് പോവാൻ വേണ്ട പാത
കൾ വെട്ടിശരിപ്പെടുത്തിയിരുന്നു. അതിലൂടെ പരന്ന, അടിഭാഗമുള്ള
തോണികൾ വലിയ ചെല്ലങ്ങൾ ഉപയോഗിച്ച് തുഴയാറുണ്ട്. ചതുപ്പുനി
ലം പോലെ കൂടുതൽ ആകർഷണീയതയും ചിലപ്പോൾ ഭീകരതയുമുള്ള
വസ്തുക്കൾ വേറെയില്ല. വെള്ളം നിറഞ്ഞ ഈ താണ പ്രദേശത്ത് ഭയം
തങ്ങിനിൽക്കുന്നതായി തോന്നും. ഈ ചതുപ്പു നിലം സ്വപ്നസദൃശമായി
തോന്നാൻ എന്താണ് കാരണം? സ്വപ്നം കാണുന്നതിന് സദൃശ്യമായി
ഈ ചതുപ്പുനിലം എന്തുകൊണ്ടാണ് തോന്നിക്കുന്നത്? കുറ്റിക്കാടുകളുടെ
മർമരശബ്ദമാണോ? അസാധാരണായ മിഥ്യാദീപ്തങ്ങളാണോ? ശാന്ത
മായ രാത്രിയിൽ കാണുന്ന നിശ്ശബ്ദതയാണോ? ഉപരിതലത്തിൽ ശവ
വസ്ത്രംപോലെ കാണപ്പെടുന്ന നിശ്ചലമായ മൂടൽമഞ്ഞാണോ?
മനുഷ്യന്റെ പീരങ്കിയുടെ ശബ്ദത്തേക്കാളും ആകാശത്തിലെ ഇടിമുഴ
ക്കത്തേക്കാളും ഭയപ്പെടുത്തുന്ന സംഗതികൾ ഉണ്ടെന്നതുകൊണ്ടാണോ?

അല്ല, വേറെ വല്ലതുമാണ് കാരണം, അത് മറ്റൊരു രഹസ്യമാണ്.
ഒരുപക്ഷേ, സൃഷ്ടിയുടെ രഹസ്യമാണത്. ഈ നിശ്ചലമായ ചളി നിറഞ്ഞ
വെള്ളത്തിൽ നനഞ്ഞ ഭൂമിയുടെ കനത്ത ഈർപ്പത്തിന് ഇടയിൽ
സൂര്യന്റെ ചുടിൽ അല്ലേ ജീവന്റെ അണുക്കൾ ഉണ്ടായതും ജീവന്റെ
ആദ്യ തുടിപ്പുകൾ കണ്ടതും, അത് ആകാശത്തോളം വികസിച്ചതും.

ഞാൻ എന്റെ മച്ചുനിയന്റെ വീട്ടിൽ എത്തിയത് മതവിപ്പിക്കുന്ന
തണുപ്പിലെ ഒരു സായാഹ്നത്തിലാണ്.

ഞങ്ങൾ ഭക്ഷണത്തിനിരിക്കുന്നത് ഒരു വലിയ മുറിയിലായിരുന്നു.
മുറിയുടെ അരിക്, ചുമർ, മച്ച് എന്നിവയെല്ലാം നിറയെ സ്റ്റഫ് ചെയ്തു
വച്ച പക്ഷികൾ ആയിരുന്നു. ചിലത് ചിറകുവിടർത്തിക്കൊണ്ടും മറ്റു
ചിലത് മരക്കൊമ്പുകളിൽ ആണിയടിച്ച് ഉറപ്പിച്ചുകൊണ്ടും ആയിരുന്നു.
വിവിധതരം പക്ഷികൾ — പ്രാപ്പിടിയൻ, കൊക്ക്, മൂങ്ങ, രാപ്പക്ഷി, ശവം
തീനിപ്പരുന്ത്, ആൺകഴുകൻ, കപോതാരി എന്നിവ. മച്ചുനിയൻ സീലിന്റെ
തോൽ കൊണ്ടുണ്ടാക്കിയ മേൽക്കുപ്പായമാണ് ധരിച്ചിരുന്നത്. തണുപ്പ
രാജ്യങ്ങളിലെ ഏതോ അസാധാരണമൃഗമാണെന്നാണ് അയാളെ കണ്ട
പ്പോൾ തോന്നിയത്. അയാൾ അന്നത്തെ രാത്രിയിലെ നായാട്ടിനുവേണ്ടി
ചെയ്ത ഒരുക്കങ്ങളെപ്പറ്റി എന്നോട് പറഞ്ഞു.

നായാട്ടിന് എർപ്പാടുചെയ്ത സ്ഥലത്ത് നാലരമണിക്കു എത്തുവാൻ തക്കവണ്ണം മൂന്നരയ്ക്കു തന്നെ തങ്ങൾ ഒരുക്കം കാട്ടിത്തുടങ്ങി. ഹിമ ക്കാടുകൾ കൊണ്ട് നിർമിച്ച ഒരു ചെറിയ കുടിൽ അവിടെ ഉണ്ടായിരു ന്നു. പകൽ കാണാറുള്ള തണുപ്പിൽ നിന്നും രക്ഷപ്പെടുവാനായിരുന്നു അതുണ്ടാക്കിയത്. ഉഷസ്സിനു മുമ്പ് വീശുന്ന കാറ്റ് ഈർച്ചവാൾ കൊണ്ട് ഇറച്ചി മുറിക്കുന്നതുപോലെയോ കത്തികൊണ്ട് മുറിക്കുന്നതുപോലെയോ തോന്നി. അതോ വിഷജീവികളുടെ കടി ഏൽക്കുന്നതാണോ അല്ലെങ്കിൽ ചവണകൾ കൊണ്ട് മാംസം പിടിച്ച് തിരിക്കുന്നതാണോ എന്താണെന്ന് മനസിലായില്ല.

എന്റെ മച്ചുനിയൻ അവന്റെ കൈകൾ തിരുമ്മി. "ഇത്തരമൊരു മഞ്ഞ് ഞാൻ ഇതിനുമുമ്പ് കണ്ടിട്ടില്ല" അയാൾ പറഞ്ഞു. "വൈകുന്നേരം ആറു മണിക്ക് തണുപ്പ് പൂജ്യത്തിലും പന്ത്രണ്ട് ഡിഗ്രി കുറവാണ്."

ഞാൻ ഭക്ഷണം കഴിച്ച ഉടനെ കിടക്കയിൽ കിടന്നു. മുറിയിൽ കത്തുന്ന അഗ്നിയുടെ വെളിച്ചം ഉണ്ടായിരുന്നു.

മൂന്നുമണിക്ക് അയാൾ എന്നെ ഉണർത്തി. ഞാൻ ആട്ടിൻതോൽ കൊണ്ടുള്ള വസ്ത്രം ധരിച്ചു. മച്ചുനിയൻ, കാറൽ, കരടിത്തോൽ കൊണ്ടുള്ള മേൽക്കുപ്പായം കൊണ്ടു ശരീരം പൊതിഞ്ഞു. ഓരോ ആളും രണ്ടുകപ്പ് വീതം ആവിപറക്കുന്ന കാപ്പി കുടിച്ചു. അതിന്റെ കൂടെ ബ്രാണ്ടിയും നായാട്ടിന് ഞങ്ങളുടെ കൂടെ ഒരു സഹായിയും രണ്ടു നായ്ക്കളും ഫ്ളോഗിയോനും പൈരോറങ്ങും വന്നു.

ഞാൻ പുറത്തുവന്നു. ആ സമയമെല്ലാം തുളയ്ക്കുന്ന തണുപ്പാണ് അനുഭവപ്പെട്ടത്. ഭൂമി തണുപ്പുകൊണ്ട് മരിക്കുന്ന രാത്രികളിൽ ഒന്നായി രുന്നു അത്. തണുത്ത വായു സുതാര്യമായിത്തീരുന്നു. അത് നമ്മെ വേദ നിപ്പിക്കുന്നു. വായുവിന് തീരെ ചലനമില്ല. അത് തണുത്തുറച്ച് നിൽക്കു ന്നു. അത് നിങ്ങളെ കടിക്കുന്നു. നിങ്ങളിലൂടെ തുളച്ചുകയറുന്നു. വൃക്ഷ ങ്ങൾ, ചെടികൾ പ്രാണികൾ, കീടങ്ങൾ, പക്ഷികൾ എന്നിവയെല്ലാം തണുപ്പുകൊണ്ട് ചുരുങ്ങി ഉണങ്ങുന്നു.

ചന്ദ്രൻ ഭൂമിക്ക് നൽകിയത് ദുഃഖകരമായ പ്രകാശമായിരുന്നു. ചന്ദ്ര മാസത്തിന്റെ അവസാനത്തിലെന്ന പോലെ രക്തപ്രസാദമില്ലാത്തതും വിളറിയതുമായ പ്രകാശം അത് നൽകി.

കാറലും ഞാനും തൊട്ടു തൊട്ടു നടന്നു. പുറം കുനിഞ്ഞിരുന്നു. കൈകൾ കീശയിൽ തിരുകി. ചുമലിൽ തോക്കുകളും. ബൂട്ടുകൾ തണുത്ത നദിയിലൂടെ നടക്കുമ്പോൾ വഴുതാതിരിക്കുവാൻ രോമത്തു ണികൊണ്ട് പൊതിഞ്ഞിരുന്നു. നടക്കുമ്പോൾ ശബ്ദമുണ്ടായില്ല. നായ്ക്കൾ ശ്വാസോച്ഛ്വാസം ചെയ്യുമ്പോൾ പൊങ്ങുന്ന വെളുത്ത ആവി ദൃശ്യമായിരുന്നു.

ഞങ്ങൾ പെട്ടെന്ന് ചതുപ്പ് സ്ഥലത്തെത്തി. അവിടെ ഹിമംകൊണ്ട് നിർമിച്ച ഒരു കുടിൽ കണ്ടു. വിശ്രമിക്കുവാൻ വേണ്ടി നിർമിച്ചതായിരുന്നു അത്. ഞാൻ അതിനുള്ളിൽ കടന്നു. ശരീരം ചൂടായിക്കിട്ടാൻ ഞാൻ

കമ്പിളി പുതച്ചു. നായാട്ടിന് ഇനിയും ഒരു മണിക്കൂർ സമയമുണ്ട്. ഞാൻ ചാരിക്കിടന്ന് വികൃതമായ ആകൃതിയിലുള്ള ചന്ദ്രനെ നോക്കി. കുടിലിന്റെ മങ്ങിയ ചുമരിലൂടെ നോക്കിയപ്പോൾ ചന്ദ്രന് നാല് കൊമ്പുകൾ ഉണ്ടെന്ന് തോന്നി. മരവിച്ച ചതുപ്പുസ്ഥലത്തുനിന്നു വരുന്ന മൂടൽ മഞ്ഞും ചുമരു കളിലെ തണുപ്പും എന്നിലേക്ക് ശക്തിയായി കടന്നപ്പോൾ ഞാൻ ചുമ യ്ക്കാൻ തുടങ്ങി. അപ്പോൾ മച്ചുനിയൻ കാറൽ അസ്വസ്ഥനായി.

ഇന്ന് ധാരാളം പക്ഷികളെ കൊല്ലാൻ കഴിഞ്ഞില്ലെങ്കിൽ സാരമില്ല. നിനക്ക് തണുപ്പുപിടിച്ചു കാണാൻ ഞാൻ ഇഷ്ടപ്പെടുന്നില്ല. നമുക്ക് തീ കത്തിക്കാം. എന്നിട്ട് അയാൾ സഹായിയോട് കുറച്ചു കമ്പുകൾ കൊണ്ടു വരാൻ പറഞ്ഞു.

ആ കുടിലിന്റെ നടുവിൽ വിറക് കൂട്ടിവെച്ച് ഞങ്ങൾ തീയിട്ടു. മേൽക്കൂരയുടെ മധ്യത്തിൽ ഉള്ള ദ്വാരത്തിലൂടെ പുക പുറത്തേക്ക് പോയി.

ചുവന്ന തീജ്വാലകൾ ഉയർന്നപ്പോൾ കുടിലിന്റെ ചുമരുകൾ ഉരുകു വാൻ തുടങ്ങി. അവ വിയർക്കുകയാണെന്ന് തോന്നി. കുടിലിന് പുറത്തു ണ്ടായിരുന്ന കാറൽ എന്നെ വിളിച്ചു പറഞ്ഞു."ഇങ്ങുവന്ന് ഇത് കാണുക" ഞാൻ പുറത്തുവന്നപ്പോൾ അത്ഭുത സ്തബ്ധനായി. കോണാകൃതിയി ലുള്ള ഞങ്ങളുടെ കുടിൽ ഒരു രത്നക്കല്ലുപോലെ കാണപ്പെട്ടു. അഗ്നി യുടെ ഹൃദയമുള്ള അത് തണുത്തുറച്ച ചതുപ്പുനിലത്ത് പറിച്ചുനട്ടതാ ണെന്ന് തോന്നി. കുടിലിനുള്ളിൽ തീകായുന്ന ഞങ്ങളുടെയും നായ്ക്ക ളുടെ ആകർഷകമായ രൂപം.

പെട്ടെന്ന് നഷ്ടപ്പെട്ട ഒരു അപരിചിത കരച്ചിൽ ഞങ്ങളുടെ അഗ്നി യുടെ തലയ്ക്കുമീതേ നിന്നുകേട്ടു. മുറിയിലെ തീ വെളിച്ചത്തിൽ കണ്ടത് കാട്ടുതാറാവുകളെ ആയിരുന്നു. ആകാശത്തിന്റെ വിദൂരതയിൽ നിന്ന് തണുത്ത വായുവിലൂടെ വേഗം പറന്നുപോകുന്ന ആ പക്ഷികൾ എന്തെന്ന് നമുക്ക് മനസിലായി. ജീവിതത്തിന്റെ ആദ്യസ്ഫുരണങ്ങളുടെ ചലനം പോലെ മറ്റൊന്നും നമുക്ക് ആകർഷകമായി തോന്നുകയില്ല. പറ ന്നുപോകുമ്പോൾ അവയിൽ നിന്നുള്ള ആത്മാക്കളുടെ ദീർഘശ്വാസങ്ങ ളായിരുന്നു.

"തീ കെടുത്തുക." കാറൽ പറഞ്ഞു. "പകൽ വെളിച്ചം വന്നു."

ആകാശം വാസ്തവത്തിൽ മയങ്ങുകയായിരുന്നു. കാട്ടുതാറാവുക ളുടെ പറക്കൽ ആകാശത്തിൽ വർണരേഖകൾ ഉണ്ടാക്കിയെങ്കിലും അവ പെട്ടെന്നുതന്നെ തുടച്ചുനീക്കപ്പെടുകയും ചെയ്തു.

ആകാശത്തിൽ വെളിച്ചത്തിന്റെ പ്രവാഹം കണ്ടു. കാറൽ വെടിവെ ച്ചു. രണ്ടു നായ്ക്കൾ ഓടിച്ചെന്നു.

കുറ്റിച്ചെടികളുടെ മീതെ; പറക്കുന്ന കാട്ടുതാറാവുകളുടെ നിഴൽ വിരിച്ചപ്പോഴൊക്കെ ഞാൻ ഓരോ മിനുട്ടിലും ഉന്നംവെച്ചു വടിവെയ്ക്കു മ്പോൾ വീഴുന്ന പക്ഷികളെ ആ നായ്ക്കൾ കടിച്ചു കൊണ്ടുവന്നു. രക്തം ഒലിക്കുന്ന പക്ഷികളുടെ കണ്ണുകൾ ഞങ്ങളെത്തന്നെ നോക്കി.

സൂര്യൻ ഉദിച്ചുയർന്നു. നീലാകാശമുള്ള ഒരു തെളിഞ്ഞ ദിവസമാ

യിരുന്നു അത്. ഞങ്ങൾ മടങ്ങിച്ചെല്ലുന്നതിനെക്കുറിച്ച് ആലോചിക്കുക യായിരുന്നു. അപ്പോൾ നീണ്ട കഴുത്തുകളും വിടർത്തി ചിറകുകളുമായി രണ്ടു പക്ഷികൾ ഞങ്ങളുടെ തലയ്ക്കുമുകളിലൂടെ പറന്നു. ഞാൻ വെടി വച്ചു. അപ്പോൾ അതിലൊന്ന് എന്റെ കാൽക്കൽ വീണു. അതൊരു വെള്ളിനിറമുള്ള മാറിടത്തോടുകൂടിയ താറാവായിരുന്നു. എന്റെ മീതെ നീലാകാശത്തിൽ ഞാൻ ഒരു ശബ്ദം കേട്ടു. ഒരു പക്ഷിയുടെ ശബ്ദം. അത് ഇടയ്ക്കിടെ ആവർത്തിച്ചുകൊണ്ടിരുന്നു. ഹൃദയഭേദകമായ കര ച്ചിൽ ആയിരുന്നു. രക്ഷപ്പെട്ട ഒരു ചെറിയ ജീവി ഞങ്ങളുടെ തലയ്ക്കു മീതെ വട്ടം ചുറ്റുകയായിരുന്നു. എന്റെ കൈയിലുള്ള, അതിന്റെ മരിച്ച കൂട്ടുകാരനെ നോക്കിക്കൊണ്ടായിരുന്നു പറക്കൽ.

കാറൽ, ചുമലിൽ തോക്കുമായി, വെടിവെയ്ക്കാൻ പറ്റിയ ദൂരത്തിൽ പക്ഷിയെ കിട്ടുന്നതും കാത്ത് മുട്ടുകുത്തിനിന്നു. "നീ കാട്ടുതാറാവിനെ കൊന്നു" അവൻ പറഞ്ഞു. "അതിന്റെ ഇണ ഇനി ദൂരെ പറന്നുപോവു കയില്ല.

"അത് പറന്നു പോയില്ല. അവൻ ഞങ്ങളുടെ തലയ്ക്കുമീതെ തുടർച്ച യായി പറന്ന് കരഞ്ഞുകൊണ്ടേയിരുന്നു. ആകാശത്തിൽ നഷ്ടപ്പെട്ട ഇണയെ ഓർത്ത് കരയുന്ന ഈ പാവപ്പെട്ട ജീവിയുടെ ദുഃഖകരമായ കരച്ചിൽ പോലെ മറ്റൊരു വേദനാജനകമായ അനുഭവം എന്റെ ജീവിത ത്തിൽ ഉണ്ടായിട്ടില്ല.

തോക്കിന്റെ അപകടത്തിനു കീഴിൽ തന്നെ ഏകനായി പറക്കുവാൻ ശ്രമിച്ചെങ്കിലും അതിൽ ഉറച്ചുനിൽക്കാതെ അത് ഇണയെ കാണുവാൻ എത്തി.

"അതിനെ നിലത്ത് ഇടുക" കാറൽ എന്നോട് പറഞ്ഞു. "അവൻ ക്രമേണ നമുക്ക് വെടിവയ്ക്കാൻ പാകത്തിൽ വന്നുചേരും.

തീർച്ചയായും അത് വന്നു. അപകടത്തെപ്പറ്റി ശ്രദ്ധിച്ചില്ല. ഞാൻ കൊന്ന അതിന്റെ കൂട്ടുകാരനോടുള്ള പ്രേമം നിമിത്തം അത് അവിടെ എത്തി.

കാറൽ വെടിവെച്ചു. തൂക്കിയിട്ട ഏതോ ഒന്നിനെ ചരട് പൊട്ടിച്ച് താഴെ ഇടുന്നതുപോലെ നിലത്ത് വീണു. എന്തോ കറുത്ത വസ്തു വീഴുന്ന ശബ്ദം എനിക്കു കേൾക്കുവാൻ സാധിച്ചു.

ഞാൻ അവയെ-രണ്ടും നല്ലതുപോല തണുത്തുകഴിഞ്ഞിരുന്നു- എന്റെ നായാട്ട് സഞ്ചിയിൽ ഇട്ടു. അന്നുവൈകുന്നേരം തന്നെ ഞാൻ പാരീസിലേക്ക് മടങ്ങി.

10

മാംസളഗോളം

ഇന്നേക്ക് വളരെ ദിവസങ്ങളായി പട്ടാളത്തിന്റെ ഇളന്തല നഗരത്തി ലൂടെ കഠിനാധ്വാനത്തോടെ ബുദ്ധിമുട്ടി നീങ്ങുകയായിരുന്നു. വാസ്തവ ത്തിൽ അവർ പട്ടാളക്കാരായിരുന്നില്ല. പിരിച്ചുവിടപ്പെട്ട അവർ അലഞ്ഞു നടക്കുകയായിരുന്നു. ആണുങ്ങളുടെ വൃത്തികെട്ടതും നീണ്ടതുമായ അവ രുടെ യൂണിഫോം പഴന്തുണികൾ കൊണ്ട് ഉണ്ടാക്കിയതായിരുന്നു. അവൾ പതാകയോ റെജിമെന്റോ ഇല്ലാതെ മെല്ലെ കടന്നുപോവുകയാ യിരുന്നു. ക്ഷീണിതരായ അവരുടെ പുറംഭാഗം പൊട്ടിപ്പൊളിഞ്ഞിരുന്നു. അവർക്ക് ചിന്തിക്കുന്നവനോ ഉറച്ച തീരുമാനം എടുക്കുവാനോ കഴിവു ണ്ടായിരുന്നില്ല. ശീലിച്ചതുകൊണ്ട് അവർ മാർച്ചു ചെയ്യുന്നുവെന്ന് മാത്രം. നേരെ നിൽക്കുമ്പോൾ അവർ ക്ഷീണം കൊണ്ട് വീണുപോയിരുന്നു. നീങ്ങിക്കൊണ്ടിരിക്കുന്ന അവർ തോക്കിന്റെ ദ്വാരത്താൽ കുനിഞ്ഞിരു ന്നു. പട്ടാളക്കാരുടെ ചെറുസംഘങ്ങൾ എപ്പോഴും ജാഗ്രതയോടെ നില കൊണ്ടു. അവർ അപകടം അറിഞ്ഞാൽ പെട്ടെന്ന് ആവേശഭരിതരാവും. എന്നിട്ട് ആക്രമിക്കുവാനോ, വേണ്ടിവന്നാൽ ഓടിപ്പോകുവാനോ തയാ റാകും. അവർക്കു മധ്യത്തിൽ ചുവന്ന കാലുറ ധരിച്ച കുറേപ്പേർ വലിയ യുദ്ധത്തിൽ തകർക്കപ്പെട്ട ഡിവിഷനിൽ അവശേഷിച്ചവർ, കുറച്ചു കാലാൾപ്പടക്കാർ, ചെറിയ മാർച്ചിൽ പോലും ഒപ്പം എത്താൻ കഴിയാത്ത പട്ടാളക്കാരുടെ ഹെൽമറ്റുകൾ എന്നിവ കാണാം.

വീരോചിതപെരുകളായ പരാജയത്തിന്റെ പ്രതികാരതൽപ്പരർ, ശവ ക്കല്ലറയുടെ പൗരന്മാർ; മരണത്തിന്റെ പങ്കാളികൾ എന്നിങ്ങനെ അറിയ പ്പെടുത്തി പരാജയപ്പെട്ട പട്ടാളക്കാർ കൊള്ളക്കാരെപ്പോലെ പെരുമാറി നടക്കുന്നുണ്ടായിരുന്നു.

തുണിയും ധാന്യവും കച്ചവടം നടത്തുന്നവർ മൃഗക്കൊഴുപ്പും സോപ്പും മുമ്പ് വിൽപ്പന നടത്തിയവർ, ആവശ്യമുള്ളപ്പോൾ വിളിക്കപ്പെ

ട്ടിരുന്ന പട്ടാളക്കാർ, പരിചകളും മേൽമീശയുടെ നീളവും നോക്കി തെര
ഞ്ഞെടുക്കപ്പെട്ടവർ, ആയുധധാരികളായി അടക്കിയ ശബ്ദത്തിൽ സംസാ
രിക്കുന്നവരായിരുന്നു. അവരുടെ നായകന്മാർ. അവർ യാതന അനുഭവി
ക്കുന്ന ഫ്രാൻസിനെ മുന്നോട്ട് നയിക്കുവാൻ പ്രാപ്തരാണ്. പക്ഷേ, ചില
പ്പോൾ ധീരന്മാരാണെന്ന് ഊറ്റം കൊള്ളുന്നവരായിട്ടും പിന്നീട് പിടിച്ചുപ
റിക്കാരും കൊള്ളക്കാരുമായി മാറുന്നതായാണ് കണ്ടിരുന്നത്.

പ്രഷ്യാക്കാർ, റൂവനിൽ പ്രവേശിക്കുകയാണെന്നാണ് കേട്ടത്.

രണ്ടുമാസമായി അടുത്തവനത്തിൽ ശ്രദ്ധാപൂർവം കേന്ദ്രീകരിച്ച്
വെടിവെച്ചും ചിലപ്പോൾ പാറാവുകാരുടെ നേർക്ക് വെടിവെച്ചും കുറ്റി
ക്കാട്ടിൽ എപ്പോഴെങ്കിലും ഒരു ചെന്നായ പ്രത്യക്ഷപ്പെട്ടാൽ അതിനെ
നേരിട്ടും കഴിഞ്ഞിരുന്ന നാഷണൽ ഗാർഡ്സ്.

ഇവിടെ; അവരുടെ വീട്ടിലെ അടുക്കളയിൽ കൂടിയിരിക്കുകയാണ്.
അവരുടെ ആയുധങ്ങൾ, ഉടുപ്പുകൾ കൊലയ്ക്ക് ഉപയോഗിക്കുന്ന വസ്തു
ക്കൾ എന്നിവ ഇതുവരെ സംരക്ഷിച്ചിരുന്നവർ പെട്ടെന്ന് അപ്രത്യക്ഷ
രായി.

അവസാനത്തെ ഫ്രെഞ്ചു പട്ടാളക്കാർ സെയിൻ കടന്ന് ഓഡിമർ പാല
ത്തിലൂടെ പ്രവേശിച്ച് പീരങ്കികൾക്കിടയിലൂടെ നിരാശരായി ഒന്നും ചെയ്യു
വാൻ കഴിവില്ലാതെ, ചേർച്ചയില്ലാത്ത പഴന്തുണികൾ ധരിച്ച്, ആക്രമി
ക്കുവാൻ വരുന്നവരെ നേരിടാനും കീഴടക്കുവാനും കഴിവില്ലാതെ കട
ന്നുവന്നു.

അഗാധമായ ശാന്തതയും ഭയപ്പെടുത്തുന്നതും നിശ്ശബ്ദവുമായ
പ്രതീക്ഷയും നഗരം മുഴുവൻ വ്യാപിച്ചു. വ്യാപാരം നിമിത്തം ഹതവീ
ര്യരായ പ്രമുഖ പൗരന്മാർ ആക്രമിച്ചു കീഴടക്കുന്നവരെ ആകാംഷയോടെ
പ്രതീക്ഷിച്ചു. അവർക്ക് ഭയം തോന്നി. അവർ വിൽക്കുന്ന കത്തികളും
മറ്റും ആയുധങ്ങളായി കരുതിയാലോ എന്ന പേടിയും.

ജീവൻ മുഴുവൻ നിലച്ചതായി തോന്നി. വ്യാപാര സ്ഥാപനങ്ങൾ
മുഴുവൻ അടച്ചും തെരുവുകൾ മൂകമായി. കാത്തുനിൽക്കുമ്പോൾ അനു
ഭവിക്കുന്ന തീവ്രവേദന കാരണം, ശത്രു എങ്ങനെയെങ്കിലും എത്തിയാൽ
മതിയെന്നായി.

ഫ്രെഞ്ചു പട്ടാളക്കാർ പിൻവാങ്ങിയ ദിവസം ഉച്ചയ്ക്കുശേഷം ചില
പേർഷ്യൻ അശ്വഭടന്മാർ എവിടെനിന്നെന്നറിഞ്ഞില്ല, വളരെ വേഗം നഗ
രത്തിൽ കടന്നുവന്നു. കുറച്ചു കഴിഞ്ഞപ്പോൾ ഒരു കറുത്ത വിഭാഗം
സെന്റ് കാതറീൻ പള്ളിക്ക് അടുത്തുകൂടെ ഇറങ്ങിവന്നു. അതേസമയം,
ആക്രമിച്ചു കടന്നുവന്ന രണ്ടു വിഭാഗങ്ങൾ ഡാർനെറ്റൽ വഴിയും
ബോയ്സ്ഗോയ് ലോ വഴിയും കടന്നുവന്നു. ഹോട്ടൽ ഡിവില്ലേ സ്ക്വയ
റിൽ ഈ മൂന്നുവിഭാഗത്തിന്റെയും മുൻനിര ഒന്നിച്ചു ചേർന്നു. സമീപ
ത്തുള്ള എല്ലാ തെരുവുകളിലും ജർമൻ പട്ടാളം എത്തി. ബറ്റാലിയനുക
ളായി ഒന്നിച്ചുവന്ന അവരുടെ പദവിന്യാസത്തിന്റെ ശബ്ദം കൊണ്ട്
സ്ഥലം മുഖരിതമായി.

പട്ടാളനായകന്റെ വിദേശഭാഷയിലുള്ള കൽപ്പനകൾ ആളനക്കമി
ല്ലാത്ത വീടുകളിൽ എത്തി. അടച്ചിട്ട ഷട്ടറുകളിലൂടെ പിന്നിൽ നിന്നും
കണ്ണുകൾ നഗരം ജയിച്ച, നഗരത്തിന്റെ ഭാഗ്യത്തിന് യജമാനന്മാരായ
വരെ നോക്കി. ആളുകൾ മഹാപ്രളയമോ രക്ഷപ്പെടാൻ വയ്യാത്ത മറ്റു
വല്ല വിപത്തോ വന്നപോലെ അവരവരുടെ മുറികളിൽ വാതിൽ അടച്ചു
കിടന്നു. നിലവിലുള്ള നിയമ സംവിധാനം മേൽക്കീഴായി മറിയുമ്പോഴും
സുരക്ഷ ഇല്ലാതെ വരുമ്പോൾ മനുഷ്യനേയും പ്രകൃതിയേയും ബാധി
ക്കുന്ന നിയമങ്ങൾ ക്രൂരമൃഗീയതയ്ക്ക് വഴിമാറുമ്പോഴും സംരക്ഷി
ക്കേണ്ടതായ നിയമങ്ങൾ ഇല്ലാതാവുമ്പോൾ അനുഭവിക്കുന്ന കഷ്ടത
കൾ അറിഞ്ഞു. വീടുകൾ തല്ലിത്തകർക്കുമ്പോഴും നദിയിൽ മുങ്ങിത്താണ
ശവങ്ങളായി നദി കരകവിഞ്ഞൊഴുകുന്നുണ്ടായിരുന്നു. വീടിന്റെ മേൽക്കൂ
രകളിൽ നിന്ന് പിടിച്ചെടുത്ത മാംസങ്ങളും സ്വയം രക്ഷയ്ക്ക് ശ്രമിക്കുന്ന
ആളുകളും കൂട്ടക്കൊല ചെയ്യുന്ന പട്ടാളക്കാരും എല്ലാം നിറഞ്ഞുകവി
ഞ്ഞു. പീരങ്കിയുടെ ശബ്ദത്തിനനുസരിച്ച് കൊള്ള നടത്തുന്നവർ ദൈവ
ത്തിന്റെ സംരക്ഷണങ്ങളിലും മനുഷ്യന്റെ യുക്തിബോധത്തിലും വിശ്വ
സിക്കുന്നവർക്കും അസുഖമുണ്ടാക്കുന്നവിധം ചമ്മട്ടികൾ കൊണ്ട് അടി
കൊടുത്തു.

ചില സേനാദളങ്ങൾ ഓരോ വാതിലിലും മുട്ടി വീടുകളിൽ കടന്നു.
കീഴടക്കലിനുശേഷം വീടുകൾ കൈവശപ്പെടുത്തുകയായിരുന്നു. കീഴട
ക്കപ്പെട്ടവരോട് മാന്യമായി പെരുമാറിയില്ല.

അൽപ്പസമയത്തിനുശേഷം ആദ്യമുണ്ടായിരുന്ന ഭയം ക്രമേണ ഇല്ലാ
തായി. ഭയം ഇല്ലാതായതോടെ സമാധാനം സ്ഥാപിക്കപ്പെട്ടു. പല കുടും
ബങ്ങളിലും പ്രഷ്യൻ ആഫീസർ മേശയ്ക്കരികെയിരുന്നു ഭക്ഷണം കഴി
ച്ചു. അയാൾക്ക് നല്ല ഭക്ഷണം കൊടുത്തു, വളരെ വിനയത്തോടെ
ഫ്രാൻസിന്റെ കാര്യത്തിൽ ഈ നാടിന്റെ കാര്യത്തിൽ ഇടപെടേണ്ടി
വന്നതിലുള്ള എതിർപ്പ് പറഞ്ഞിരുന്നുവെന്നും അയാൾ പ്രസ്താവിച്ചു.
ഈ മനോഭാവത്തിന് അയാളോട് നന്ദി ഉണ്ടാകേണ്ടതാണ്. ഏതെങ്കിലും
ഒരു ദിവസം അയാളുടെ സംരക്ഷണം വേണ്ടിവരുമായിരിക്കും. നമ്മൾ
തികച്ചും ആശ്രയിക്കുന്ന നിങ്ങളെ നാം എന്തിന് മുറിവേൽപ്പിക്കണം.
അങ്ങനെ ചെയ്യുന്നത് ധൈര്യവും തന്റേടവും ഇല്ലാത്തവരായിരിക്കും. റുവ
നിലെ സാധാരണക്കാരെ സംബന്ധിച്ചിടത്തോളം യുദ്ധസമയത്ത് വീരോ
ചിതമായി ചെറുത്തുനിന്നപ്പോൾ കാണിച്ച സാഹസം നിമിത്തം അവ
രുടെ നഗരം പേരെടുത്തു. ഒടുവിൽ ഫ്രെഞ്ച് നഗരത്തെ കുറിച്ച് അപരിചി
തരായ പട്ടാളക്കാരോടും അവരുടെ വീട്ടിൽ എത്തിയാൽ വിനയത്തോടെ
പെരുമാറണമെന്നും, എന്നാൽ മറ്റുള്ളവരുടെ മുമ്പിൽ പരിചയമാണെന്ന്
കാണിക്കേണ്ടതില്ലെന്നും ഓരോ ആളും സ്വയം പറഞ്ഞു. വീട്ടിനു പുറത്ത്
അവർ പട്ടാളക്കാരുമായി പരിചയം കണിച്ചില്ല. പക്ഷേ, അവരുടെ താമ
സസ്ഥലത്തു വന്നാൽ അവർ സ്വതന്ത്രമായി സംസാരിക്കുകയും
ജർമൻകാർ വൈകുന്നേരം വരെ അവിടെ തങ്ങുകയും അവിടത്തെ അഗ്നി
ദണ്ഡത്തിൽ കാൽ ചുടാക്കുകയും വേണമെന്നും അഭിപ്രായപ്പെട്ടു.

സാവധാനത്തിൽ ആ പട്ടണം മുഴുവൻ ജർമൻകാർ കീഴടക്കി. ഫ്രഞ്ചുകാർ ആരും പട്ടണംവിട്ട് പോയില്ല. പ്രഷ്യൻ പട്ടാളക്കാർ തെരു വുകളിൽ സംസാരിച്ചുകൊണ്ടിരുന്നു. ബ്ലുഹസാർഡ് വിഭാഗത്തിലെ ആഫീസർമാർ വഴിയിൽ വച്ച് മാരകായുധങ്ങൾ വീശിയെങ്കിലും അവർ സാധാരണ പൗരന്മാരോട് അവജ്ഞ കാണിച്ചില്ല. ഇവരേക്കാൾ മോശ മായിട്ടായിരുന്നു കഴിഞ്ഞവർഷം സ്വന്തം പട്ടാളക്കാരും കളിക്കാരും സാധാ രണ പൗരന്മാരോട് പെരുമാറിയത്.

എന്നിരുന്നാലും സൂക്ഷ്മവും അജ്ഞാതവുമായ എന്തോ ഒന്ന് അന്ത രീക്ഷത്തിൽ അലയടിച്ചിരുന്നു. അപരിചിതവും അസഹ്യവുമായ പരി സ്ഥിതിയുടെ ഗന്ധം, അതായത്, കീഴടക്കലിന്റെ മണം അസഹ്യമായി രുന്നു. ആ വികാരം എല്ലാ ഭവനങ്ങളിലും പൊതുസ്ഥലങ്ങളിലും അനു ഭവവേദ്യമായിരുന്നു. ഭക്ഷണത്തിന്റെ രുചിക്കുതന്നെ മാറ്റമുണ്ടായി. കാട്ടു ജാതിക്കാർ താമസിക്കേണ്ട വിദൂരമായ പ്രാകൃതസ്ഥലത്തേക്ക് ഒരു ദീർഘയാത്ര പോവുകയാണെന്ന വികാരമായിരുന്നു എല്ലാവരിലും.

അക്രമികൾ ധാരാളം പണം പിടിച്ചു പറിച്ചു. താമസക്കാർ ധാരാള മായി സ്വമേധയാ പണം നൽകുകയും ചെയ്തു. അവർ അതിന് ശേഷി യുള്ളവരായിരുന്നു. പക്ഷേ ധനികനായ നോർമൽ വ്യാപാരി കൂടുതലായി നഷ്ടം സഹിക്കേണ്ടി വന്നു.

ഏകദേശം എട്ടോ, ഒമ്പതോ നാഴിക അകലെ നഗരത്തിന്റെ താഴെ ഭാഗത്തു നാവികന്മാരും മീൻപിടുത്തക്കാരും പലപ്പോഴായി യൂണിഫോ മിലുള്ള നോർമൻകാരുടെ വീർത്ത ശവശരീരം കണ്ടിരുന്നു. കത്തി കൊണ്ട് കുത്തിയോ കല്ലുകൊണ്ട് തല തല്ലിച്ചതച്ചോ അല്ലെങ്കിൽ പാല ത്തിൽ നിന്ന് പുഴയിൽ തള്ളിയിട്ടോ മരണമടഞ്ഞ ജർമൻകാരുടെ ശവ മായിരുന്നു അത്. നദീതടം ഇത്തരം ദുർഗ്രഹമായ പകയുടെ ഫലം പുഴ്ത്തിവെച്ചു. ഇത്തരം പ്രവർത്തനം അപരിഷ്കൃതമാണെങ്കിലും അറി യപ്പെടാത്ത വീരസാഹസികതയുടെ പേരിൽ ന്യായീകരിക്കാവുന്നതാണ്. ഇത്തരം നിശ്ശബ്ദമായ ആക്രമണങ്ങൾ പകൽവെളിച്ചത്തിലെ ആക്രമ ണങ്ങളെക്കാളും ഫലപ്രദമായിരുന്നു. മഹത്വത്തിന്റെ ശബ്ദകോലാഹ ലങ്ങൾ ഇല്ലെന്ന് മാത്രം.

വിദേശീയരോടുള്ള വിരോധത്താൽ ഇത്തരം നിർഭയരായ ആളുകൾ സൃഷ്ടിക്കപ്പെടുന്നു. അവർ ആദർശത്തിനുവേണ്ടി മരിക്കുവാനും തയാ റാവുന്നു.

ഒടുവിൽ കീഴടക്കിയവർ നഗരം തികഞ്ഞ ആചഞ്ചലമായ അച്ചട ക്കത്തിൽ നിർത്തി. അവർ വിജയഗീഷുക്കളായി വരുമ്പോൾ കാത്തിരി ക്കുന്ന ഭയാനകരംഗങ്ങൾ ഇല്ലാതായി. അപ്പോൾ ജനങ്ങൾ ധൈര്യം സംഭ രിച്ച് വ്യാപാരകാര്യങ്ങളിൽ ശ്രദ്ധ ചെലുത്തുവാൻ തുടങ്ങി. ഫ്രഞ്ചുകാ രുടെ കൈവശമുള്ള ഹാവ്റോയിൽ ചിലർ താൽപ്പര്യപൂർവം വ്യാപാരം തുടങ്ങി. അവർ തുറമുഖത്തു വരാൻ നീപ്പെ വരെ കരയിലൂടേയും പിന്നെ കടലിലൂടേയും യാത്ര ചെയ്തു.

ചിലർ ജർമൻ പട്ടാളക്കാരിൽ അവർക്കുള്ള സ്വാധീനം ഉപയോഗിച്ച് പട്ടാളത്തിന്റെ ചീഫിൽ നിന്ന് യാത്രാ അനുവാദത്തിന് പാസ് വാങ്ങി.

യാത്രയ്ക്ക് നാല് കുതിരകളെ കെട്ടിയ വലിയ വണ്ടി തയാറാക്കി. പത്തുപേർക്ക് യാത്ര ചെയ്യുവാൻ വേണ്ട സീറ്റുകൾ ഉണ്ടായിരുന്നു. ചൊവ്വാഴ്ച കാലത്ത് പകൽവെളിച്ചത്തിനുമുമ്പ് യാത്ര തുടങ്ങാനായി രുന്നു തീരുമാനം. വെളിച്ചത്തിൽ ജർമൻകാരുടെ നിരീക്ഷണത്തിൽനിന്ന് രക്ഷപ്പെടുവാനായിരുന്നു അങ്ങനെ ചെയ്തത്.

കുറച്ചുമുമ്പുതന്നെ മൂടൽമഞ്ഞ് ഘനീഭവിച്ചിരുന്നു. മൂന്നുമണിയാ വുമ്പോഴേക്കും വടക്കുനിന്ന് വന്ന കനത്ത മേഘങ്ങൾ മഞ്ഞുകട്ടകൾ കൊണ്ടുവന്നു. വൈകുന്നേരവും രാത്രിയും തടസ്സമില്ലാതെ മഞ്ഞുകട്ട കൾ വീണുകൊണ്ടിരുന്നു.

നാലുമണിയായപ്പോൾ യാത്രക്കാർ മുറ്റത്ത് ഒത്തുകൂടുകയും വണ്ടി യിൽ കയറുവാൻ തയാറാവുകയും ചെയ്തു.

യാത്രയ്ക്ക് വന്നവരെല്ലാം ഉറക്കം തൂങ്ങുന്നുണ്ടായിരുന്നു. പുതപ്പ് ധരിച്ചിരുന്നുവെങ്കിലും തണുപ്പുകൊണ്ട് വിറയ്ക്കുന്നുണ്ടായിരുന്നു. മങ്ങിയ വെളിച്ചത്തിൽ അവ്യക്തമായി മാത്രമേ കാണാൻ കഴിഞ്ഞിരു ന്നുള്ളു. തണുപ്പുകാലത്തെ കനത്ത വസ്ത്രങ്ങൾ ധരിച്ച അവർ ചെറിയ പള്ളിയിലെ നീലയങ്കി ധരിച്ച വൈദികരെപ്പോലെ കാണപ്പെട്ടു. അവരിൽ രണ്ട് ആണുങ്ങൾമാത്രമേ അന്യോന്യം പരിചയമുണ്ടായിരുന്നുള്ളു. മൂന്നാ മതൊരാൾ അവരുമായി പരിചയപ്പെട്ടു. "ഞാൻ എന്റെ ഭാര്യയെ കൊണ്ടു വരാൻ പോവുകയാണ്" ഒരാൾ പറഞ്ഞു. "ഞാനും" മറ്റൊരാൾ പറ ഞ്ഞു. "ഞാനും" മൂന്നാമതൊരാൾ പറഞ്ഞു. മൂന്നാമൻ വീണ്ടും പറഞ്ഞു. "ഞങ്ങൾ റുവാനിലേക്കു മടങ്ങുകയില്ല. പ്രഷ്യക്കാർ ഹവ്റോയിൽ എത്തു കയാണെങ്കിൽ ഞങ്ങൾ ഇംഗ്ലണ്ടിലേക്ക് പോകും" എല്ലാവർക്കും ഒരേ പദ്ധതി തന്നെ. ഓരേ മനസും.

ഇപ്പോഴും വണ്ടിയിൽ കുതിരകളെ പൂട്ടിയിരുന്നില്ല. ഒരു ലായക്കാ രൻ കുട്ടി ഒരു ചെറിയ വിളക്കെടുത്ത് മുറികൾ തോറും ചെന്നു. നിലത്ത് കുതിരകൾ ചവിട്ടുന്ന ശബ്ദം കേൾക്കാം. മൃഗങ്ങളോട് സംസാരിച്ചിരുന്ന ഒരാളുടെ ശബ്ദം പ്രത്യേകം കേൾക്കാം. മണിയുടെ നേരിയ കിലുക്കം കുതിരകളെ പൂട്ടാൻ തുടങ്ങുന്നതിന്റെ ആരംഭമായിരുന്നു.

വാതിൽ പെട്ടെന്ന് അടച്ചു. എല്ലാ ശബ്ദവും നിലച്ചു. തണുത്ത് വിറച്ച ആളുകൾ നിശ്ശബ്ദരായി. അവരെല്ലാം അനങ്ങാതെ തരിച്ചിരുന്നു.

മഞ്ഞുപാളികളുടെ യവനിക നിലത്ത് മിന്നിത്തിളങ്ങി. എല്ലാ രൂപ ങ്ങളിലും ധൂളിവീണതുപോലെ കാണപ്പെട്ടു. ഗംഭീരമായ നിശ്ശബ്ദതയാ ണെങ്കിലും ഒന്നുംതന്നെ കേൾക്കുവാൻ കഴിഞ്ഞില്ല. നഗരം ശാന്തമായി രുന്നു. വീണുകിടക്കുന്ന ഹിമക്കട്ടകളിൽ അത് അമർന്ന് കാണപ്പെട്ടു.

ഒരു മനുഷ്യൻ വിളക്കുമായി വന്നു. അയാൾ നീങ്ങുവാൻ ഇഷ്ട പ്പെടാത്ത കുതിരയെ ബലമായി കയറിട്ട് കൊണ്ടു വരികയായിരുന്നു. കുതിരയെ തുണിന്റെ എതിർവശം നിർത്തി. അതിനെ ചമയങ്ങൾ അണി

യിച്ചു. അയാൾ രണ്ടാമത്തെ കുതിരയുടെ അടുത്ത് ചെന്നപ്പോൾ കണ്ടത് യാത്രക്കാർ ഹിമക്കട്ടകൾ ശരീരത്തിൽ വീണു വിറച്ചു നിൽക്കുന്നതാ ണ്. അയാൾ അവരോട് പറഞ്ഞു. "നിങ്ങൾ എന്താണ് വണ്ടിയിൽ കയ റാത്തത്. ചുരുങ്ങിയത് തണുപ്പിൽ നിന്ന് അൽപ്പം രക്ഷനേടുവാൻ കഴി യുമല്ലോ?

അവർ അങ്ങനെ ചെയ്യുവാൻ ആലോചിച്ചിരുന്നില്ലെന്ന് വ്യക്തമാണ്. അവർ ഭാര്യമാരെ വണ്ടിയിലെ പിൻസീറ്റിൽ ഇരുത്തി. അതിനുശേഷം അവരും കയറി. ബാക്കിയുള്ള ആളുകൾക്ക് എന്തുവേണമെന്നതിനെപ്പറ്റി വ്യക്തമായ ധാരണ ഉണ്ടായിരുന്നില്ലെങ്കിലും ഒരു വാക്കുപോലും പറ യാതെ അവരും കയറി.

വണ്ടിയുടെ തറയിൽ വൈക്കോൽ വിരിച്ചിരുന്നു. അതിനുള്ളിൽ യാത്രക്കാർ അവരുടെ പാദങ്ങൾ ഭദ്രമായി ഒളിപ്പിച്ചുവെച്ചു. പിന്നിൽ ഇരി യ്ക്കുന്ന സ്ത്രീകൾ പിച്ചളസ്റ്റൗവുകൾ കൊണ്ടുവന്നിരുന്നു. അവരത് കത്തിച്ചു. യാത്രക്കാർ അത്തരം ഉപകരണങ്ങളുടെ മേന്മയെക്കുറിച്ച് പതിഞ്ഞ സ്വരത്തിൽ സംസാരിച്ചു.

ഒടുവിൽ നാലെണ്ണത്തിനു പകരം ആറ് കുതിരകളുമായി വണ്ടി പുറ പ്പെട്ടു. വണ്ടിയുടെ ചക്രങ്ങൾ ഹിമത്തിൽ പതിഞ്ഞു. വലിയ പൊട്ടുന്ന ശബ്ദത്തിൽ വണ്ടിയൊന്ന് ഞരങ്ങി. വലിയ ചമ്മട്ടികൊണ്ട് വണ്ടിക്കാ രൻ കുതിരകളെ നിർത്താതെ അടിച്ചുകൊണ്ടിരുന്നു. ഒരു ചെറിയ പാമ്പ് പുളയുന്നതുപോലെ അത് ചലിച്ചു.

പ്രഭാതം അസ്പഷ്ടമായി പൊട്ടിവിടരുകയായിരുന്നു. റൂവനിൽ ജനിച്ച ഒരു യാത്രക്കാരൻ, മഞ്ഞുപാളികൾ അവസാനിക്കാത്തവിധം വീഴു ന്നതുപോലെ കാണപ്പെട്ടുവെന്ന് പറഞ്ഞു.

പ്രഭാതത്തിന്റെ ദുഃഖകരമായ വെളിച്ചത്തിൽ വണ്ടിയിലെ യാത്ര ക്കാർ ജിജ്ഞാസയോടെ അന്യോന്യം നോക്കി.

പിന്നിൽ ഏറ്റവും സൗകര്യമുള്ള സീറ്റിൽ ഗ്രാന്റ് പോങ്ങ് തെരുവിലെ വീഞ്ഞിന്റെ മൊത്തക്കച്ചവടക്കാരനായ ഹൗറ ലോയ്സീയും ഭാര്യയും ഉറങ്ങുകയായിരുന്നു. ലോയ്സീയും അവിടെ മുമ്പ് കച്ചവടം നടത്തിയി രുന്ന മുതലാളിയിൽ നിന്ന് ഏറ്റെടുത്തതായിരുന്നു. ആദ്യത്തെ മുതലാളി താണതരം വീഞ്ഞ് വലിയ വിലക്ക് ചെറുകിടക്കച്ചവടക്കാർക്ക് കൊടുത്ത് ആളുകളുടെ വെറുപ്പ് നേടിയ ആളായിരുന്നു.

ഏതുതരത്തിലുള്ള പ്രഹസനങ്ങളോടുള്ള ഇഷ്ടവും ഫലിതം പറ ച്ചിലുകളും നിമിത്തം പ്രശസ്തനായിരുന്നു ലോയ്സീയു. വേണ്ടത്ര ആലോചിക്കാതെ അയാളോട് ആർക്കുംതന്നെ സംസാരിക്കുവാനുള്ള ധൈര്യമുണ്ടായിരുന്നില്ല. ഈ ലോയ്സിയു വിലപ്പെട്ടവനാണ്. നല്ല ഉയ രം. ബലൂണിന്റെ ആകൃതിയിലുള്ള മുൻഭാഗത്ത് നരച്ചതാടിയോടുകൂടിയ രക്തപ്രസാദമുള്ള മുഖമായിരുന്നു.

അയാളുടെ ഭാര്യ ശക്തിയുള്ള ഉറച്ച ആകൃതിയോടു കൂടിയവളാ യിരുന്നു. വളരെവേഗം തീരുമാനമെടുക്കുവാൻ കഴിവുള്ളവൾ. കച്ചവട

ത്തിൽ ക്രമവും ഗണിതവുമെല്ലാം അവളായിരുന്നു. ഫലിതരൂപത്തിലുള്ള പെരുമാറ്റംകൊണ്ട് കച്ചവടത്തിന്റെ ജീവനായി അവൾ നിലകൊണ്ടു.

അവരുടെയടുത്ത് എം കാരേ ലെമദോൻ. അയാൾ ഉയർന്ന ജാതി യിൽപ്പെട്ട അന്തസ്സുള്ള ആളായിരുന്നു. ലീജിയൻ ഓഫ് ഓണറിലെ ആഫീസറുമാണ്. അതിനുപുറമേ ജനറൽ കൗൺസിലിലെ അംഗവും. അയാൾ തന്നെ പറയുകയുണ്ടായി. ചക്രവർത്തിയുടെ ഭരണകാലത്ത് സാമ്രാജ്യത്തിനുവേണ്ടി നിലകൊണ്ടിരുന്നുവെന്ന്. മേഡം കാരേലെമ ദോൻ ഭർത്താവിനെക്കാളും പ്രായം കുറഞ്ഞവളായിരുന്നു. റുവനിലെ കോട്ടയുടെ കാവൽക്കാരായി വന്നിരുന്ന നല്ല ആഫീസർമാർക്ക് അവൾ ആശ്വാസമായിരുന്നു. അവൾ സുന്ദരിയും സുശീലയുമായ നീളം കുറഞ്ഞ സ്ത്രീയായിരുന്നു. രോമവസ്ത്രങ്ങളാൽ മൂടപ്പെട്ട അവൾ ദുഃഖകരമായ കണ്ണുകളോടെ വണ്ടിയുടെ ഉൾഭാഗം നോക്കിയിരുന്നു.

അവരുടെ സമീപസ്ഥരായ കൗണ്ട് ആൻഡ് കൗണ്ടസ്സ് ന്യൂബർട്ട് ഡി ബ്രവിലെ നോർമാൻഡ്രിയിലെ ഏറ്റവും പുരാതനവും ഉന്നതവുമായ കുടുംബത്തിലെ അംഗമായിരുന്നു.

എം കാരേ ലെമദോന്റെ സഹപ്രവർത്തകനായിരുന്ന ഹ്യൂബർട്ട് പ്രഭു സർക്കാരിൽ ഓർലിയൻസ് പാർട്ടിയെ പ്രതിനിധീകരിച്ചിരുന്നു.

പട്ടാളത്തിലെ ക്യാപ്റ്റന്റെ മകളുമായി എങ്ങനെ വിവാഹം നടന്നുവെന്നത് ഒരു രഹസ്യമായിരുന്നു. ബ്രവേൽ കുടുംബത്തിന്റെ ആസ്തിവഴി വാർഷിക വരുമാനം അഞ്ചുലക്ഷം ഫ്രാങ്കായിരുന്നു. എല്ലാം സ്ഥിരനിക്ഷേപങ്ങളിൽ.

ആ വണ്ടിയിലുണ്ടായിരുന്ന ആറുപേരും ഉയർന്ന കുടുംബത്തിൽ പ്പെട്ടവരും സത്യസന്ധരും ആയിരുന്നു. മതവിശ്വാസികളും ഉന്നതമായ ആശയങ്ങളുള്ളവരും ആയിരുന്നു.

സ്ത്രീകളെല്ലാം എങ്ങനെയോ ഒരു വശത്തെ സീറ്റിലാണ് ഇരുന്ന ത്. പൃഥിയുടെ അടുത്തായി രണ്ടു കന്യാസ്ത്രീകളും ജപമാലകൊണ്ട് ജപിക്കുന്നുണ്ടായിരുന്നു. ഈ രണ്ടു ഭക്തകളുടെ എതിർവശത്ത് ഒരാണും പെണ്ണും ആയിരുന്നു. അവൾ എല്ലാവരുടേയും ശ്രദ്ധയാകർഷിച്ചു. പുരു ഷൻ കോർനുദങ് ഡെമോക്രാറ്റ് ആയിരുന്നു. എല്ലാ ബഹുമാന്യരായ ആളുകളുടേയും പേടി സ്വപ്നമായിരുന്നു അയാൾ. അയാളുടെ അച്ഛന്റെ വലിയ സമ്പാദ്യം കുടിയും ധൂർത്തും കൊണ്ട് നശിപ്പിച്ചിരുന്നു. റിപ്പബ്ലി ക്കിന്റെ ഭരണസമിതികളിൽ വലിയ സ്ഥാനം കിട്ടി. അവിവാഹിതനായ അയാൾ പ്രജ്യക്കാർക്ക് എതിരാളികളെ സംഘടിപ്പിക്കുന്നതിൽ പ്രഥമ സ്ഥാനീയനായിരുന്നു.

ശൃംഗാര ചേഷ്ടകൾ കാണിച്ചിരുന്ന ഒരു സ്ത്രീയായിരുന്നു അടു ത്തായി ഇരുന്നത്. അവൾക്കൊരു നിന്ദാനാമം ഉണ്ടായിരുന്നു. മാംസളഗോളം കുറിയ ഉരുണ്ട, പന്നിക്കൊഴുപ്പുപോലെ മാംസളമായ, വീർത്ത വിരലുകളോടു കൂടിയ കൈകൾ, മിന്നുന്നതൊലി, അവളുടെ ഉടുപ്പിനുള്ളിൽ ചലിച്ചുകൊണ്ടിരുന്ന വലിയ മാറിടം. ഒരു മദാലസയായി

രുന്നു അവൾ. എങ്കിലും ഒരുതരം നവോന്മേഷവും സ്വഭാവത്തിന്റെ മൃദു ലതയും കൊണ്ട് ഹൃദയാകർഷകമായിരുന്നു അവളുടെ മുഖം. ഉരുണ്ട ആപ്പിൾ പോലെയോ വിടരാൻ വെമ്പുന്ന പിയോണി മൊട്ടുപോലെയോ കാണപ്പെട്ടു. രണ്ടു കറുത്ത കണ്ണുകൾ ഇടതൂർന്ന പുരികങ്ങൾ നിഴൽ വിരിക്കുന്ന മുഖത്ത് ദൃശ്യമായിരുന്നു. കണ്ണുകൾക്ക് ചുവടെ സുന്ദരമായ വായ, ചുംബനത്തിന് ദാഹാർത്തിയോടെ കൊതിക്കുന്ന ചുണ്ടുകൾ, കുട്ടി കളുടേതുപോലുള്ള തിളങ്ങുന്ന ചെറിയ ദന്തങ്ങൾ എന്നിവയോടുകൂടിയ അവൾ ഒരു മദാലസതന്നെ.

അവളെ തിരിച്ചറഞ്ഞ ഉടനെ സത്യസന്ധരായ സ്ത്രീകളുടെ ഇട യിൽ കുശുകുശുക്കൽ ഉണ്ടായി. മാത്രമല്ല, വേശ്യ, പൊതുഅപമാനം എന്നിങ്ങനെയുള്ള പരാമർശങ്ങൾ ഉച്ചത്തിൽ ഉണ്ടായപ്പോൾ അവൾ തല ഉയർത്തി അവളുടെ സമീപസ്ഥരുടെ നേരെ ക്രോധത്തോടെ നോക്കി. അപ്പോൾ അവിടെ പരിപൂർണമായ നിശ്ശബ്ദത വ്യാപിച്ചു. എല്ലാവരും തല താഴ്ത്തി ലോയ്സിയു മാത്രം അവളെ ഉല്ലസിപ്പിക്കുന്ന അന്തരീ ക്ഷത്തിൽ നോക്കി.

ഉടനെ മൂന്നു സ്ത്രീകൾ അന്യോന്യം സംഭാഷണമാരംഭിച്ചു. ആ പെണ്ണിന്റെ സാന്നിധ്യം അവരെ ഉറ്റ സുഹൃത്തുക്കളാക്കി. അവരുടെ വൈവാഹികമായ അന്തസ്സ് ലജ്ജയില്ലാതെ വിൽക്കപ്പെടുന്ന അപമാന ത്തിനെതിരായി ഒന്നിക്കണമെന്ന് അവർക്കുതോന്നി. നിയമാനുസൃത മായ പ്രേമം; സ്വതന്ത്രമായി ജീവിക്കുന്നവരെ അവജ്ഞയോടുകൂടി മാ ത്രമേ കാണാറുള്ളു.

സുരക്ഷിതത്വമെന്നവണ്ണം മൂന്ന് ആണുങ്ങൾ കോർനുദെങ്ങിനെ കണ്ടപ്പോൾ ഒന്നിച്ചുകൂടി. പാവപ്പെട്ടവരെക്കുറിച്ച് പരാമർശിച്ചപ്പോൾ വളരെ പുച്ഛത്തോടെയാണ് സംസാരിച്ചത്.

ന്യൂബർട്ട് പ്രഭു പ്രഷ്യക്കാർ വരുത്തിവെച്ച നഷ്ടങ്ങളെക്കുറിച്ച് പറ ഞ്ഞു. അവർ കന്നുകാലികളെ അപഹരിക്കുകയും വിളവുകൾ നശിപ്പി ക്കുകയും ചെയ്തു. എം കാരേ ലെമദോൻ പരുത്തി വ്യവസായത്തിൽ നല്ല പരിചയമുള്ള ആളാണ്. അയാൾ നൂറുലക്ഷം ഫ്രാങ്ക് ഇംഗ്ലണ്ടിലേക്ക് അയയ്ക്കുന്നതിനെപ്പറ്റി പരിഭവം പറഞ്ഞു. ആവശ്യത്തിന് എടുക്കുവാൻ ഒരു നിക്ഷേപമായി കരുതുവാനായിരുന്നു അത്. ലോയ്സിയിക്ക് പറയാ നുള്ളത് അധികാരികളുമായി കരാറിൽ ഏർപ്പെട്ടതിനെപ്പറ്റിയാണ്. അയ ളുടെ ശേഖരത്തിലുള്ള വീഞ്ഞ് മുഴുവൻ വിൽക്കുവാനാണ് അയാൾ ഏർപ്പാടു ചെയ്തത്. ഈ ഇനത്തിൽ വലിയൊരു സംഖ്യ സർക്കാരിൽ നിന്ന് കിട്ടുവാനുണ്ടായിരുന്നു. അത് ഹാവേറിൽ എത്തിയാൽ വാങ്ങുന്ന തിനെക്കുറിച്ചായിരുന്നു അയാളുടെ ചിന്ത.

അവർ മൂന്നുപേരും വേഗം അടുത്തു.

വ്യത്യസ്തമായ രീതിയിലൂടെയാണെങ്കിലും പണത്തിന്റെ കാര്യം വന്നപ്പോൾ അവർ മൂന്നുപേരും സഹോദന്മാരെ പോലെയായി. ഫ്രീമേ സൺ സമിതിയുടെ പ്രവർത്തനത്തിൽ ചേർന്ന് സമ്പാദിക്കുന്ന പണം

സ്വർണനാണയമാക്കി കീശയിലിട്ട് കുലുക്കുന്നതിനെക്കുറിച്ച് അവർ ഭാവ
നയിൽ കണ്ടു.

വണ്ടി വളരെ മെല്ലെയാണ് സഞ്ചരിച്ചത്. രാവിലെ പത്തുമണി ആവു
മ്പോഴേക്കും പന്ത്രണ്ട് നാഴികയിലപ്പുറം പോയില്ല. മല കയറുമ്പോൾ
മൂന്നുപ്രാവശ്യം അവർ വണ്ടിയിൽ നിന്ന് ഇറങ്ങി നടന്നു. ടോട്സിൽവെച്ച്
പ്രഭാതഭക്ഷണം കഴിക്കാമെന്നായിരുന്നു അവരുടെ പ്രതീക്ഷ. എന്നാൽ
അപ്പോഴേക്കും അവിടെ എത്തുമോയെന്ന കാര്യത്തിൽ സംശയമായി.
ആ വഴിയിലെവിടെയെങ്കിലും ഒരു സത്രം കാണുമോയെന്ന് ഓരോ ആളും
നോക്കിക്കൊണ്ടിരുന്നു. ഒരിക്കൽ ആ വണ്ടി ഹിമത്തിൽ പൂണ്ടു. രണ്ടുമ
ണിക്കൂറിനുശേഷമാണ് അവിടെനിന്ന് രക്ഷപ്പെട്ടത്.

വർധിച്ചുവരുന്ന വിശപ്പ് അവരുടെ മനസിനെ വിഷമിപ്പിച്ചു. ഭക്ഷ
ണശാലകളൊന്നും കാണാനുമില്ല. വീഞ്ഞു ഷാപ്പുകളുടെ കാര്യവും അതു
തന്നെ. പ്രഷ്യക്കാരുടെ സാമീപ്യവും പട്ടാളക്കാരുടെ വരവും എല്ലാ
വ്യാപാരങ്ങളേയും തകർത്തു കഴിഞ്ഞിരുന്നു.

പുരുഷന്മാർ വഴിയിലിറങ്ങി ഭക്ഷണത്തിന് കൃഷിസ്ഥലത്തേക്ക്
പോയി. പക്ഷേ, അവർക്ക് അൽപ്പം പോലും കിട്ടിയില്ല. കാരണം, പട്ടാള
ക്കാരെല്ലാം കൊള്ളചെയ്തു കൊണ്ടുപോകുമെന്ന് ഭയന്ന് അവർ എല്ലാം
സംഭരണമുറിയിൽ രഹസ്യമാക്കിവെച്ചിരിക്കുകയായിരുന്നു. പട്ടാളക്കാരാ
ണെങ്കിൽ ബലം പ്രയോഗിച്ച് എടുത്തു കൊണ്ടുപോകുകയാണ് പതിവ്.

ഒരു മണിയായപ്പോൾ ലേയ്സിയു പറഞ്ഞു. തന്റെ വയറ്റിൽ ശൂന്യത
അനുഭവപ്പെടുന്നുവെന്ന്, എല്ലാവരും അയാളോട് സഹതപിച്ചു. ഭക്ഷണം
കഴിക്കുവാനുള്ള അതിശക്തമായ ആഗ്രഹം കാരണം അവരുടെ സംഭാ
ഷണം നിലച്ചു.

പലപ്പോഴായി ഓരോ ആളും കോട്ടുവായിട്ടുകൊണ്ടിരുന്നു. എല്ലാ
വരും അവരവരുടെ സ്വഭാവമനുസരിച്ച് പെരുമാറി. ചിലർ ജീവിതത്തെ
ക്കുറിച്ചും സമൂഹത്തിൽ തങ്ങൾക്കുള്ള സ്ഥാനമാനങ്ങളെക്കുറിച്ചും
ഓർത്തു. കോട്ടുവായിടാൻ തോന്നുമ്പോൾ മുഖംപൊത്തി.

മാംസള ഗോളമാകട്ടെ പല പ്രാവശ്യം ശ്രമിച്ചതിനുശേഷം കുനി
ഞ്ഞിരുന്ന്; അവളുടെ പാവാടയുടെ ഉള്ളിൽ എന്തോ തപ്പുകയായിരുന്നു.
അവൾ ഒരു നിമിഷം മടിച്ചുനിന്നു. അവളുടെ സമീപസ്ഥരെ നോക്കി.
അതിനുശേഷം സമാധാനത്തോടെ ഇരുന്നു. ലോയ്സിയു പറഞ്ഞു. ഉപ്പി
ട്ടുണ്ടാക്കിയ ഒരു കക്ഷ്ണം പന്നിയിറച്ചി കിട്ടിയിരുന്നുവെങ്കിൽ ആയിരം
ഫ്രാങ്കുവരെ കൊടുക്കുവാൻ തയാറാണ്. പക്ഷേ, അയാളുടെ ഭാര്യ
എതിർത്തുകൊണ്ട് ആംഗ്യം കാണിച്ചു. അതിനുശേഷം അവൾ ശാന്ത
മായി. വല്ലവരും പണം ചെലവഴിക്കുന്നതിനെപ്പറ്റി പറയുമ്പോഴൊക്കെ
അവൾ അസ്വസ്ഥത കണിച്ചു. ആ കാര്യം സംസാരിക്കുന്നതു തന്നെ
അവൾക്ക് ഇഷ്ടമായിരുന്നില്ല. പ്രഭു പറഞ്ഞു. "ഞാൻ ആലോചിക്കുക
യാണ്, എന്തുകൊണ്ടാവും യാതൊരു സാധനവും കൊണ്ടുവന്നില്ല!"
എല്ലാവരും അതേ രീതിയിൽ തന്നെ സംസാരിച്ചു.

എന്നിരുന്നാലും കോർനുദെങ്ങിന്റെ വശം ഒരു ഫ്ലാസ്കിൽ നിറയെ റം ഉണ്ടായിരുന്നു. അയാൾ തരാമെന്ന് പറഞ്ഞെങ്കിലും സ്വീകരിച്ചില്ല. ലോയ്സിയു മാത്രം ഒരു കവിൾ നിറയെ കുടിച്ചു. അതിനുശേഷം ഫ്ലാസ്ക് മടക്കിക്കൊടുത്തു. അപ്പോൾ നന്ദിപൂർവം പറഞ്ഞു.‘‘ഇത് എപ്പോഴും നല്ലതാണ്. അത് നമ്മളിൽ ഉന്മേഷം ഉണ്ടാക്കുന്നു. മദ്യം അയാളെ വാചാലനാക്കി. പണ്ട് പഠിച്ച പാട്ടിലെ ചെറിയ കപ്പലിൽ നടന്ന തുപോലെ, നമ്മളും ചെയ്യണമെന്ന് അയാൾ പറഞ്ഞു. അതായത് യാത്ര ക്കാരിൽ ഏറ്റവും തടിച്ച ആളെ തിന്നണമെന്ന്, മാംസളഗോളത്തെപ്പറ്റി യുള്ള ഈ പരോക്ഷമായ പരാമർശം അഭിജാതരായ ആളുകൾക്ക് പിടി ച്ചില്ല. പക്ഷേ ഒന്നുംതന്നെ പറഞ്ഞില്ല. കോർനുദെങ്ങ് മാത്രം ചിരിച്ചു. രണ്ടു സിസ്റ്റർമാരും അവരുടെ മന്ത്രജപം നിർത്തി. അവർ അവരുടെ വസ്ത്രങ്ങൾക്കുള്ളിൽ അവരുടെ കൈകൾ തിരുകി. അവർ അനങ്ങാതെ കണ്ണുകൾ അടച്ചു. തങ്ങൾക്ക് സംഭവിച്ച കഷ്ടപ്പാടുകളെപ്പറ്റി ദൈവ ത്തോട് പ്രാർഥിക്കുകയായിരുന്നുവെന്ന് വ്യക്തം.

ഒടുവിൽ മൂന്നുമണി ആയപ്പോൾ അവർ എത്തിയത് ഒറ്റ ഗ്രാമം പോലും കാണാനില്ലാതിരുന്ന വിശാലമായ സമതലത്തിലായിരുന്നു. മാംസ ളഗോളം കുനിഞ്ഞുകൊണ്ട് സീറ്റിന്റെ അടിയിൽ നിന്ന് വെള്ളത്തുണി കൊണ്ട് മൂടിയ ഒരു കുട്ട പുറത്തെടുത്തു.

ആദ്യം അവൾ പുറത്തെടുത്തത് ഒരു ചെറിയ ചൈനീസ് പ്ലേറ്റും വെള്ളിക്കപ്പും ആയിരുന്നു. പിന്നെ ഒരു വലിയ പിഞ്ഞാണം പുറത്തെടു ത്തു. അതിൽ മസാല ചേർത്ത് പൊരിച്ചെടുത്ത രണ്ടു കോഴികളായിരു ന്നു. ആ കുട്ടയിൽ വേറെയും ചില സാധനങ്ങൾ കാണാൻ കഴിയും. കുറച്ചു താറാവിന്റെ കരൾ വറുത്തത്, പഴങ്ങൾ, മധുരപലഹാരങ്ങൾ, ഒരു ഭക്ഷണശാലയിലും കയറാതെ മൂന്നു ദിവസത്തേക്ക് വേണ്ട സാധ നസാമഗ്രികൾ മുതലായവ അവയുടെ കൂടെ നാലു കുപ്പികളും കാണാ മായിരുന്നു. അവൾ കോഴിയിറച്ചിയുടെ ഒരു കഷ്ണം മുറിച്ച് നല്ല സ്വാദോടെ തിന്നാൻ തുടങ്ങി കൂടെ നോർമാൻഡിയിൽ ‘റീ ജെൻസ്’ എന്ന് വിളിക്കുന്നു ബിസ്കറ്റും.

എല്ലാവരുടേയും നോട്ടം അവളുടെ നേർക്ക് തിരിഞ്ഞു. ഭക്ഷണസാ ധനങ്ങളുടെ മണം അവിടെ വ്യാപിച്ചു. ആളുകളുടെ നാസാരന്ധ്രങ്ങൾ വിടർന്നു. അവരുടെ വായിൽ വെള്ളമൂറി. സ്ത്രീകൾക്ക് അവളോടുള്ള അവജ്ഞ ഭയങ്കരമായി. അവളെ കൊല്ലുവാനും അവളുടെ വെള്ളിക്കപ്പും കുട്ടയും അതിലെ എല്ലാ സാധനങ്ങളും ഒന്നിച്ച് എറിയുവാനും അവർ ആഗ്രഹിച്ചു.

എങ്കിലും ലോയ്സി കണ്ണുകൾ കൊണ്ട് ആ കോഴിയിറച്ചി ആസ്വ ദിച്ചു കഴിഞ്ഞിരുന്നു. അയാൾ പറഞ്ഞു.‘‘ഭാഗ്യവശാൽ മാഡത്തിന് നമ്മ ളെക്കാൾ കൂടുതൽ മുൻകരുതലുകളുണ്ട്. ഇതുപോലെ കാര്യങ്ങളെപ്പറ്റി മുൻകൂട്ടി ചിന്തിക്കുവാൻ കഴിയുന്ന ആളുകളെ കാണാം.’’

അവൾ അയാളുടെ നേർക്ക് തിരിഞ്ഞ് പറഞ്ഞു. ‘‘സാർ, തങ്ങൾക്ക്

ഇതിലെന്തെങ്കിലും, വേണമോ? പ്രഭാതഭക്ഷണം കഴിക്കാതെ ഇങ്ങനെ വളരെ ദൂരം യാത്ര ചെയ്യുന്നത് കഠിനമാണ്.

അയാൾ അവളെ അഭിവാദ്യം ചെയ്തു പറഞ്ഞു. "സത്യം. എനിക്ക് നിങ്ങൾ പറയുന്നത് നിരസിക്കുവാൻ കഴിയുന്നില്ല. എനിക്ക് ഭക്ഷണമില്ലാതെ കൂടുതൽ സമയം യാത്ര ചെയ്യുവാനും കഴിയുകയില്ല. യുദ്ധകാലത്ത് എല്ലാ സമ്പ്രദായങ്ങളും വഴിമാറിക്കൊടുക്കുന്നു, അല്ലേ, മാഡം? പിന്നെ ചുറ്റുപാടും വിശദമായി നോക്കിയതിനുശേഷം അയാൾ കൂടുതലായി പറഞ്ഞു. "ഇത്തരം സന്ദർഭങ്ങളിൽ നമുക്ക് കിട്ടുന്നത് നിഷേ ധിക്കുവാൻ വയ്യാ."

അയാളുടെ കൈവശം ഒരു പത്രം ഉണ്ടായിരുന്നു. അയാളത് കാൽമു ട്ടുകളുടെ മീതെ വിരിച്ചു. എന്നിട്ട് കീശയിൽ നിന്ന് കത്തി എടുത്ത് പഴസ്സ ത്തിൽ തിളങ്ങുന്ന ഒരു കോഴിക്കാൽ അയാൾ മുറിച്ചെടുത്തു. എന്നിട്ട് സംതൃപ്തിയോടെ പല്ലുകൾക്കിടയിൽ വച്ച് ചവച്ചരച്ചു. വണ്ടിയിൽ തീവ്ര ദുഃഖത്തിന്റെ ദീർഘനിശ്വാസങ്ങൾ യാത്രക്കാരിൽ കാണാമായിരുന്നു.

മാംസളഗോളം മധുരവും വിനയവും കലർന്ന സ്വരത്തിൽ സിസ്റ്റേഴ്സിനോട് ഭക്ഷണം സ്വീകരിക്കുവാൻ അഭ്യർഥിച്ചു. രണ്ടുപേരും ക്ഷണം സ്വീകരിച്ചു. കണ്ണുകൾ ഉയർത്താതെ വളരെ വേഗം ഭക്ഷണം കഴിച്ചു. എന്നിട്ട് മൃദുസ്വരത്തിൽ നന്ദിയും പറഞ്ഞു. കോർനുദെങ്ങ് അവ ളുടെ ഭക്ഷണം നിഷേധിക്കുവാൻ ആവാതെ കാൽമുട്ടുകളിൽ പത്രം വിടർത്തിയിട്ട് ഭക്ഷണം കഴിക്കുവാൻ തുടങ്ങി.

വായതുറക്കുകയും അടയ്ക്കുകയും ചെയ്തുകൊണ്ടിരുന്നു. അവ ർ ചവച്ചരച്ച് ഭയങ്കരമായി വിഴുങ്ങി. ലോയ്സിയു തന്റെ ഭാര്യയെ ഭക്ഷണം കഴിക്കുവാൻ മൃദുസ്വരത്തിൽ പ്രേരിപ്പിച്ചുകൊണ്ടിരുന്നു. കുറേനേരം ആ സ്ത്രീ പിടിച്ചുനിന്നു. ഒടുവിൽ അവളുടെ ശരീരത്തിലൂടെ ശക്തമായ ബോധോദയം ഉണ്ടായി. അങ്ങനെ സമ്മതിക്കുകയും ചെയ്തു. ഒന്നിച്ചുള്ള സുന്ദരിയായ യുവതിയോട് മേഡം ലോയ്സിയുവിന് കുറച്ച് ഭക്ഷണം കൊടുക്കട്ടെയെന്ന് ചോദിച്ചു.

അവൾ പറഞ്ഞു. "സാർ തീർച്ചയായും."

സൗഹാർദപൂർവം ചിരിച്ചുകൊണ്ട് അവൾ ഭക്ഷണം നീട്ടി.

അവൾ കൊണ്ടുവന്ന പ്രത്യേകതരം വീഞ്ഞിന്റെ ഒന്നാമത്തെ കുപ്പി തുറന്നപ്പോൾ അന്ധാളിപ്പിക്കുന്ന പ്രശ്നം അവരുടെ ഇടയിൽ സംജാത മായി. അവിടെ ഒരു കപ്പ് മാത്രമേ ഉണ്ടായിരുന്നുള്ളൂ. ഒരാൾ കുടിച്ചുകഴി ഞ്ഞ് കപ്പ് അടുത്ത ആൾക്ക് കൊടുത്തു. കോർനുദെങ്ങ് അടുത്ത ആൾക്ക് കൊടുത്തു. കോർനുദെങ്ങ് മാത്രം, വിനയം കൊണ്ടായിരിക്കാം തീർച്ച. കൈയിൽ ചുണ്ടുകൾ അമർത്തുക മാത്രം ചെയ്തു.

ആളുകൾ തിന്നുകൊണ്ടേയിരിക്കുമ്പോൾ ഉണ്ടായ മണം നിമിത്തം ശ്വാസം മുട്ടിയ, ബ്രവേലെയിലെ പ്രഭുവും പ്രഭിയും കൂടെ മാഡം ആൻഡ് എം കാരേലെമദോനും കാണാക്കനിയെന്ന നിലയിൽ കാണപ്പെട്ട ഭക്ഷ ണസാധനം മനോവ്യഥയോടു കൂടി മാത്രമാണ് ദർശിച്ചത്. പെട്ടെന്ന്

വ്യാപാരിയുടെ ഭാര്യ ദീർഘമായി ശ്വസിച്ചു. അപ്പോൾ എല്ലാവരും ആ ഭാഗത്തേക്ക് തിരിഞ്ഞു. അവൾ ഹിമക്കട്ടപോലെ വെളുത്ത് വിളറിയിരുന്നു. പക്ഷേ, കണ്ണുകൾ മാത്രം അടഞ്ഞിരുന്നില്ല. അവൾ ബോധം നശിച്ച് തലതാഴ്ത്തി. അവളുടെ ഭർത്താവ് ആകെ വിഷമിച്ച് എല്ലാവരുടേയും സഹായം അഭ്യർഥിച്ചു. സിസ്റ്റേഴ്സിൽ പ്രായം കൂടിയ ആൾ മാംസള ഗോളത്തിന്റെ കപ്പ് അവളുടെ വീഞ്ഞ് വായിലാക്കുവാൻ നിർബന്ധിച്ചു. അപ്പോൾ ആ സുന്ദരിയായ സ്ത്രീക്ക് ജീവൻ വന്നു. കണ്ണുകൾ നന്നായി തുറന്ന് ചിരിച്ചു. വളരെ ക്ഷീണിച്ച സ്വരത്തിൽ അവൾ പറഞ്ഞു. "എനിക്ക് വളരെ നല്ല സുഖം തോന്നുന്നു." ഇനി വീണ്ടും ബോധക്ഷയം ആവർത്തിക്കാതിരിക്കാൻ സിസ്റ്റർ ഒരു ഗ്ലാസ് നിറയെ വീഞ്ഞ് കുടിക്കുവാൻ പ്രേരിപ്പിച്ചു. എന്നിട്ട് പറഞ്ഞു. "ഈ ക്ഷീണം വെറും വിശപ്പുകൊണ്ട് ഉണ്ടായതാണ്. വേറെ തകരാറൊന്നുമില്ല."

മാംസളഗോളത്തിന്റെ മുഖം ചുവന്നു. അത്ഭുതത്തോടെ, നിരാഹാരവ്രതം എടുക്കുന്ന നാലു യാത്രക്കാരെ നോക്കി അവൾ മന്ത്രിച്ചു. "ദൈവത്തിനറിയാം ഈ മാന്യന്മാർക്ക് വല്ലതും നൽകുവാൻ ധൈര്യപ്പെടുകയാണെങ്കിൽ എനിക്ക്......" പിന്നെ അവൾ തന്നെ അപമാനപ്പെടുത്തിയേക്കുമോയെന്ന നിലയിൽ നിശ്ശബ്ദയായി. ലോയ്സിയു അവൾ പറഞ്ഞതിന് മറുപടിയായി പറഞ്ഞു. "തീർച്ചയായും ഇതുമാതിരി സന്ദർഭങ്ങളിൽ ലോകം മുഴുവൻ ഉള്ളവർ സഹോദന്മാരാണ്. അവർ അന്യോന്യം സഹായിക്കേണ്ടതുമാണ്. സ്ത്രീകളേ, വരിക, പാരമ്പര്യങ്ങളൊന്നും നോക്കേണ്ടാ. എന്തുകൊണ്ട് വിഷമഘട്ടങ്ങളിൽ പിശാചിനെക്കൂടി സ്വീകരിച്ചുകൂടാ. രാത്രി തങ്ങാൻ പറ്റിയ ഒരു വീട് കണ്ടെത്തുമോയെന്ന് നമുക്ക് അറിയില്ല. ഈ വേഗതയിൽ സഞ്ചരിക്കുകയാണെങ്കിൽ നാളെ ഉച്ചയ്ക്കു മുമ്പായി ടോട്ടസ്സിൽ എത്തിച്ചേരുകയില്ല."

അവരെല്ലാം മടിച്ചു നിന്നു. ആർക്കും തന്നെ 'ശരി' എന്ന് പറയുവാൻ ധൈര്യമുണ്ടായില്ല. പ്രഭുവിന് ചോദ്യം മനസിലായി. ഭീഷണി സ്വരത്തിൽ സംസാരിക്കുന്ന തടിച്ച സ്ത്രീയോട് ദാക്ഷണ്യത്താൽ ഗൗരവം വെടിഞ്ഞ് പറഞ്ഞു. "മാഡം, നന്ദിപൂർവം ഞങ്ങൾ സ്വീകരിക്കുന്നു. ആദ്യത്തെ കാൽവെപ്പാണ് ഏറ്റവും പ്രധാനം."

ഈ അവസരത്തിൽ നീതിപൂർവകമായ തീരുമാനം എടുത്തു! കൂട്ട മുഴുവൻ ഏകദേശം കാലിയാക്കി. എന്നിട്ടും അതിൽ പക്ഷിത്തലകൾ, ചുടാക്കിയ പക്ഷിയുടെ നാവ്, കേടുകൂടാതെ സൂക്ഷിച്ച സബർജെല്ലി, ഒരുകഷ്ണം പരുക്കൻ അപ്പം, ബിസ്കറ്റുകൾ, അച്ചാറിട്ട ചെറുവെള്ളരിക്ക, ബിസ്കറ്റുകൾ, ഉള്ളി എന്നിവ ഉണ്ടായിരുന്നു. ഇവയെല്ലാം മറ്റൊരു സ്ത്രീയെയും പോലെ മാംസളഗോളം ഇഷ്ടപ്പെട്ടിരുന്നു.

അവരുടെ സംഭാഷണം സ്വാഭാവികമായും യുദ്ധത്തെപ്പറ്റിയായിരുന്നു. അവർ പ്രഷ്യക്കാരുടെ ഭയാനകമായ ചെയ്തികളെപ്പറ്റിയും ഫ്രഞ്ചുകാരുടെ ധീര പരാക്രമങ്ങളെക്കുറിച്ചും സംസാരിച്ചു. അവരെല്ലാം ശത്രുക്കളെ ഭയന്ന് ഓടിപ്പോകുന്നവരാണെങ്കിലും, വീട്ടിൽത്തന്നെ ഉറച്ചുനിന്ന

ആളുകൾക്ക് അവർ അഭിവാദ്യമറിയിച്ചു. പിന്നെ, ഓരോരുത്തർക്കും ഉണ്ടായ വ്യക്തിപരമായ അനുഭവങ്ങൾ വിവരിച്ചു. മാംസളഗോളം ആത്മാർഥമായ വികാരവായ്പോടെ, നല്ല ആവേശം കലർന്ന വാക്കുകളിൽ, അവളെപ്പോലുള്ള സ്ത്രീകൾ സ്വാഭാവികമായും ചെയ്യുന്നതുപോലെ, അവളുടെ സ്വഭാവികവികാരങ്ങൾ പ്രകടിപ്പിക്കുകയും എന്തുകൊണ്ടാണ് അവൾ റുവൽ വിട്ടതെന്ന് വിവരിക്കുകയും ചെയ്തു.

"ഞാൻ ആദ്യം വിചാരിച്ചത് അവിടെത്തന്നെ നിൽക്കണമെന്നായിരുന്നു. എന്റെ വീട്ടിൽ ധാരാളം ഭക്ഷണസാധനങ്ങളുണ്ട്. എവിടെയെന്നറിയാതെ ഇതുപോലെ പോകുന്നതിനുപകരം പട്ടാളക്കാർക്ക് അൽപ്പം ഭക്ഷണം കൊടുക്കാമെന്നും കരുതി. പക്ഷേ ഈ പ്രഷ്യൻ പട്ടാളക്കാരെ കണ്ടപ്പോൾ എനിക്കെല്ലാം മതിയായി. അവർ ചെയ്യുന്നതുകണ്ട് ഞാൻ കരഞ്ഞു. അവരെ നോക്കിയപ്പോൾ എന്റെ ഭൃത്യ എന്റെ കൈ മുറുകെ പിടിച്ചു; അവരുടെ നേരെ ഫർണിച്ചർ എടുത്ത് എറിയാതിരിക്കുവാൻ പിന്നെ, ഒരു പട്ടാളക്കാരൻ വന്ന്, വീട്ടിൽ താമസിക്കുവാൻ അനുവദിക്കണമെന്ന് പറഞ്ഞു. അപ്പോൾ ഞാൻ അവന്റെ മേൽ ചാടിവീണ് കഴുത്തിന് പിടിച്ചു. ഉടനെ എന്നെ പിടിച്ചുമാറ്റിയിരുന്നില്ലെങ്കിൽ ഞാൻ അയാളുടെ കഥ കഴിക്കുമായിരുന്നു. അതിനുശേഷം അവരുടെമുമ്പിൽ പ്രത്യക്ഷപ്പെടുവാൻ കഴിയാതെയായി. ഒടുവിൽ ഒരു അവസരം കിട്ടിയപ്പോൾ ഞാൻ നഗരം വിട്ടു. അങ്ങനെ ഇതാ, ഇവിടെ എത്തി.

എല്ലാവരും അവളെ അഭിനന്ദിച്ചു. അവൾ അവരുടെ സഹയാത്രികരുടെ വിലയിരുത്തലിൽ അഭിമാനം കൊണ്ടു. തലയ്ക്കു ചൂടുപിടിച്ച അവളെ ശ്രദ്ധിച്ചു കേട്ടതിനുശേഷം ഒരു പുരോഹിതനെപ്പോലെയോ പ്രവാചകനെപ്പോലെയോ ദയാപൂർവം അവളെ നോക്കി. കോർനുദെങ് അധികാരസ്വരത്തിൽ അവളോട് സംസാരിച്ചു. ബോണാപ്പാർട്ടിന് എതിരായിട്ടായിരുന്നു സംസാരിച്ചത്.

മാംസളഗോളത്തിന് സംഭാഷണം പിടിച്ചില്ല. അവൾ ബോണാപ്പാർട്ടിന്റെ ഭാഗത്തായിരുന്നു. ഒരു ചെറിപ്പഴത്തേക്കാളും അവൾ ആകെ ചുവന്നു.

"നിങ്ങളെല്ലാം അദ്ദേഹത്തെ കണ്ടിരുന്നുവെങ്കിൽ എന്ന് ഞാൻ ആഗ്രഹിക്കുന്നു. എങ്കിൽ നിങ്ങൾക്ക് മനസിലാവുമായിരുന്നു. ഈ മനുഷ്യനെ നിങ്ങളാണ് ചതിച്ചത്. നിങ്ങളെപ്പോലുള്ളവരായിരുന്നു ഈ രാജ്യം കാത്തിരിക്കുന്നതെങ്കിൽ നമുക്ക് ഒരിക്കലും ഈ രാജ്യം വിട്ടുപോകേണ്ടിയിരുന്നില്ല."

കോർനുദെങ് യാതൊരു ഭാവഭേദവുമില്ലാതെ ചുച്ചസ്വരത്തിൽ ചിരിച്ചുകൊണ്ട് അവളെ സമാധാനിപ്പിച്ചു. പക്ഷേ, പ്രഭിക്കും വ്യവസായിയുടെ ഭാര്യക്കും മനസിൽ യുക്തിബോധമില്ലാത്ത വിരോധം റിപ്പബ്ലിക്കിനെ അനുകൂലിക്കുന്നവരോട് ഉണ്ടായിരുന്നു.

കുട്ട കാലിയായി. പത്തുമണിയാവുമ്പോഴേക്കും എല്ലാവരും കൂടി മുഴുവനും തിന്നു കഴിഞ്ഞിരുന്നു. ഇനി ഇല്ലല്ലോയെന്നോർത്ത് എല്ലാ

വർക്കും സങ്കടമായി. കുറച്ചുസമയം കൂടി സംഭാഷണം നീണ്ടു. ഇത്ത
വണ മെല്ലെ ആയിരുന്നു. കാരണം ഭക്ഷണം കഴിച്ചുതീർന്നിരുന്നു.

രാത്രിയായി. അന്ധകാരം മെല്ലെ മെല്ലെ കനത്തുവന്നു. മാംസള
ഗോളം തടിച്ച പ്രകൃതിയുള്ളവളാണെങ്കിലും വിറയ്ക്കുവാൻ തുടങ്ങി.
മാഡം ഡിബ്രവേലി കാൽ ചൂടാക്കുവാൻ ഉപയോഗിച്ചിരുന്ന സ്റ്റൗവ് അവ
ളുടെ നേരെ നീട്ടി. പ്രഭതത്തിനുശേഷം പല പ്രാവശ്യം അതിൽ ഇന്ധനം
നിറച്ചതായിരുന്നു. മാംസളഗോളം അത് വേഗം സ്വീകരിച്ചു. കാരണം,
തണുപ്പുകൊണ്ട് അവളുടെ കാലുകൾ മരവിച്ചിരുന്നു. കാരേലെമദോനും
ലോയ്സിയും അവരുടെ സ്റ്റൗവുകൾ ആ രണ്ട് സിസ്റ്റേഴ്സിന് കൊടു
ത്തു.

വണ്ടിക്കാരൻ വിളക്ക് കത്തിച്ചു. അവ സജീവമായി മിന്നിത്തിളങ്ങി.
മേഘം പോലെ വിളക്കിനുചുറ്റും പറന്ന, വഴിയുടെ രണ്ടുവശത്തുമുള്ള
ഹിമക്കട്ടകൾ വിളക്കിന്റെ ചലിക്കുന്ന പ്രതിഫലനത്തിൽ ഇരുളുന്നതായി
തോന്നി. വണ്ടിക്കുള്ളിൽ ഒരാൾക്കും ഒന്നുംതന്നെ തിരിച്ചറിയുവാൻ കഴി
ഞ്ഞിരുന്നില്ല. പെട്ടെന്ന് ഒരു ഇളക്കം, മാംസളഗോളത്തിനും, കോർനുദെ
ങ്ങിനും ഇടയിൽ ഉണ്ടായി. ലോയ്സിയുടെ കണ്ണുകൾ നിഴലിലേക്ക് തുറി
ച്ചുനോക്കി. അപ്പോൾ അയാൾക്ക് തോന്നിയത് ആ നീണ്ടതാടിയുള്ള മനു
ഷ്യന് ശബ്ദമില്ലാതെ വേഗതയേറിയ അടി കിട്ടിയപ്പോൾ പിന്നോട്ട് മാറി
യെന്നാണ്.

നിരത്തിന്റെ അകലെ വിദൂരതയിൽ വെളിച്ചത്തിന്റെ മിന്നിത്തിള
ങ്ങുന്ന പൊട്ടുകൾ ദൃശ്യമായിരുന്നു. അത് ടോട്ടസ് ആയിരുന്നു. അവർ
പതിനൊന്നുമണിക്കൂർ യാത്ര ചെയ്തുകഴിഞ്ഞു. രണ്ടുമണിക്കൂർ വിശ്ര
മത്തിനും എടുത്തു. അങ്ങനെ ആകെ പതിമൂന്നുമണിക്കൂർ. അവർ നഗ
രത്തിൽ കടന്ന് ഹോട്ടൽ ഡികോമേർസിന്റെ മുമ്പിൽ നിന്നു.

വണ്ടിയുടെ വാതിൽ തുറന്നു. ആപരിചിതമായ ശബ്ദം യാത്ര
ക്കാരെ ഉണർത്തി. അത് വാളുകൊണ്ടു നിലത്തടിക്കുന്ന ശബ്ദമായിരു
ന്നു. പെട്ടെന്ന് ഇരുട്ടിൽ ഒരു ജർമൻകാരന്റെ ശബ്ദം.

ആ വണ്ടി നീങ്ങുന്നുണ്ടായിരുന്നുവെങ്കിലും ആരുംതന്നെ എഴു
ന്നേൽക്കാൻ ധൈര്യപ്പെട്ടില്ല. പുറത്തിറങ്ങിയാൽ കൊല്ലുവാൻ ആരെ
ങ്കിലും കാത്ത് നിൽക്കുന്നുണ്ടായിരിക്കുമോയെന്ന് അവർ ഭയപ്പെട്ടു. വണ്ടി
യുടെ കണ്ടക്ടർ വന്നു. അയാളുടെ കൈയിൽ വണ്ടിയിൽ കത്തിക്കുന്ന
ഒരു വിളക്കും ഉണ്ടായിരുന്നു. അയാൾ വണ്ടിയിൽ ഭയന്നുവിറയ്ക്കുന്ന
ആളുകളുടെ രണ്ടുവരി കണ്ടു. അവരുടെ വായ തുറന്നിരുന്നു. ആശ്ച
ര്യവും ഭയവും കലർന്ന വിടർന്ന കണ്ണുകളായിരുന്നു അവരുടേത്.

പുറത്ത് വണ്ടി ഓടിക്കുന്ന ആളുടെ സമീപം ഒരു ജർമൻ ആഫീ
സർ സാധാരണവേഷത്തിൽ നിൽക്കുന്നുണ്ടായിരുന്നു. നീണ്ട സുന്ദര
നായ അദ്ദേഹം പെൺകുട്ടികൾ ധരിക്കുന്നതുപോലുള്ള ഇറുകിയ
ഉടുപ്പാണ് ധരിച്ചിരുന്നത്. അയാളുടെ തലയിൽ ഓതിൽക്ലോത്തുകൊണ്ടു
ണ്ടാക്കിയ പരന്ന തൊപ്പിയും. തൊപ്പി ധരിച്ച അയാൾ ഇംഗ്ലീഷ് ഹോട്ട

ലിലെ ജോലിക്കാരനാണെന്നു തോന്നി. അയാളുടെ വിലയ മേൽമീശ ഒരു നൂൽകൊണ്ട് മടഞ്ഞുകെട്ടിയിരുന്നതുകൊണ്ട്, അത് എവിടെ അവസാനിക്കുന്നുവെന്ന് കാണാൻ പ്രയാസമായിരുന്നു. അതു വായയുടെ രണ്ടറ്റത്തും തൂങ്ങിക്കിടന്നു. കവിൾത്തടത്തിലേക്ക് കടന്നുകയറിയ ആ മീശ ചുണ്ടുകളിൽ ചുളിവുകൾ ഉണ്ടാക്കി.

അൽസേഷ്യൻ ഫ്രെഞ്ചിൽ, അയാൾ യാത്രക്കാരോട് സൗമ്യമായി പറഞ്ഞു. "മാന്യന്മാരെ മഹിളകളേ, നിങ്ങൾ ഇറങ്ങിവരില്ലേ?"

ആ രണ്ട് സിസ്റ്റർമാരായിരുന്നു ആദ്യമായി അനുസരിച്ചത്. സന്യാസിമാരുടെ സഹജമായ വഴങ്ങുന്ന സ്വഭാവം അവരിലും ഉണ്ടായിരുന്നു. അതിനുശേഷം പ്രഭുവും പ്രഭിയും പ്രത്യക്ഷപ്പെട്ടു. അവരുടെ പിന്നിൽ വ്യവസായിയും അയാളുട ഭാര്യയും. പിന്നെ, ലോയ്സിയും തന്റെ തടിച്ച ഭാര്യയോടുകൂടി ഇറങ്ങി.

ലോയ്സിയു ഇറങ്ങിയപ്പോൾ നിലത്ത് കാൽവെച്ച ഉടനെ ആഫീസറോട് പറഞ്ഞു. "ഗുഡ് ഈവനിങ് സാർ" ഓഫീസർ നോക്കിയെന്നല്ലാതെ ഒന്നും പറഞ്ഞില്ല.

മാംസളഗോളവും കോർനുദെങ്ങും വാതിലിനടുത്താണ് ഇരുന്നതെങ്കിലും അവസാനമാണ് ഇറങ്ങിയത്. തടിച്ച സ്ത്രീ സ്വയം സമാധാനിച്ച് ശാന്തമായി പെരുമാറി. അവൾ തന്റെ സമീപസ്ഥരേക്കാൾ കൂടുതൽ അന്തസ്സ് കാണിച്ചു.

വഴിയമ്പലത്തിന്റെ വലിയ അടുക്കളയിൽ അവർ പ്രവേശിച്ചു. ജർമൻ ആഫീസർ യാത്രാരേഖകൾ (അതിൽ പേര്, വിശദവിവരങ്ങൾ, തൊഴിൽ എന്നിവ രേഖപ്പെടുത്തിയിരുന്നു) പരിശോധിച്ചതിനുശേഷം 'എല്ലാം ശരി തന്നെ'യെന്ന് പറഞ്ഞ് പുറത്തേക്ക് പോയി.

അപ്പോൾ അവർക്കെല്ലാം ആശ്വാസമായി. എല്ലാവർക്കും നല്ല വിശപ്പായിരുന്നു. രാത്രി ഭക്ഷണത്തിന് ഓർഡർ കൊടുത്തു. ഭക്ഷണം തയാറാക്കാൻ അരമണിക്കൂർ താമസമുണ്ടാകും. രണ്ടു ജോലിക്കാർ ഇത് തയാറാക്കുന്നതിൽ ഏർപ്പെട്ടു. യാത്രക്കാർ അവരുടെ മുറികളിലേക്ക് പോയി. തിളങ്ങുന്ന വാതിലിനടുത്ത് അവസാനിക്കുന്ന ഇടനാഴിയിലൂടെ അവർ നടന്നു.

ഒടുവിൽ അവരെല്ലാം തീൻമേശയുടെ മുമ്പിൽ ഇരുന്നു. അപ്പോൾ സത്രത്തിന്റെ ഉടമസ്ഥൻ അവരുടെ മുമ്പിൽ പ്രത്യക്ഷപ്പെട്ടു. അയാൾ മുമ്പും ഒരു കുതിരകച്ചവടക്കാരൻ ആയിരുന്നു. അയാൾ വളരെ കഷ്ടപ്പെട്ടു ശ്വസിക്കുകയും തൊണ്ടയിൽ കഫം ശല്യപ്പെടുത്തുകയും ചെയ്യുന്ന ഒരു ആസ്ത്മരോഗിയായിരുന്നു. അവനിൽ നിന്നാണ് ഫോളൻവി എന്ന പേര് അയാൾക്ക് ലഭിച്ചത്. അയാൾ ചോദിച്ചു.

"മിസ്സ് എലിസബത്ത് റൗസ്റ്റ് ഈ കൂട്ടത്തിൽ ഉണ്ടോ?"

മാംസളഗോളം ഉത്തരം പറഞ്ഞു."അത് ഞാനാണ്."

"പ്രഷ്യൻ ആഫീസർക്ക് നിങ്ങളോട് ഉടനെ സംസാരിക്കണമെന്ന് പറയുന്നു"

"എന്നോടോ".

"അതെ, നിങ്ങൾ മിസ് എലിസബത്ത് റൗസെറ്റാണെങ്കിൽ നിങ്ങ
ളോട് തന്നെ."

അവൾ ആകെ പരുങ്ങലിലായി. ഒരു നിമിഷം ആലോചിച്ചതിനു
ശേഷം പറഞ്ഞു.

"ഉവ്വ്, എന്റെ പേര് തന്നെ. പക്ഷേ, ഞാൻ പോകുന്നില്ല"

അവളുടെ ചുറ്റും ഒരു ചലനം ഉണ്ടായി. ഓരോ ആളും ചർച്ച ചെയ്ത്
ഈ കൽപ്പനയുടെ കാരണമെന്താണെന്ന് കണ്ടെത്തുവാൻ ശ്രമിച്ചു. പ്രഭു
അവളെ സമീപിച്ച് പറഞ്ഞു.

"മാഡം, നിങ്ങൾ അബദ്ധമാണ് പറയുന്നത്. നിങ്ങൾ കൽപ്പന
നിഷേധിക്കുന്നതുകൊണ്ട് നിങ്ങളെ മാത്രമല്ല നിങ്ങളുടെ കൂടെയുള്ള
എല്ലാവരേയും ബാധിക്കും. അധികാരത്തിലിരിക്കുന്നവരെ ധിക്കരിക്കുന്നത്
ഒരിക്കലും ശരിയാവുകയില്ല. ഞാൻ പറയുന്നത് ഒരു അപകടവും വരു
ത്തിവയ്ക്കുകയില്ല."

എല്ലാവരും അയാളോട് യോജിച്ച് അവളോട് പറയുകയും അഭ്യർഥി
ക്കുകയും ചെയ്തു. പോകുന്നതാണ് നല്ലതെന്ന് അവളെ ബോധ്യപ്പെടു
ത്തി. ഒടുവിൽ അവൾ പറഞ്ഞു.

"നിങ്ങൾക്കുവേണ്ടി മാത്രം ഞാൻ പോകാം. മനസിലായില്ലേ?"

പ്രഭി അവളുടെ കൈ പിടിച്ച് പറഞ്ഞു. "ഇതിന് ഞങ്ങൾ നിന്നോട്
കടപ്പെട്ടിരിക്കും."

അവൾ പുറത്തേക്ക് പോയി. മേശയ്ക്കരികിൽ ഇരിക്കുന്നതിനുമുമ്പ്
അവരെല്ലാം കാത്തുനിന്നു.

ഈ ക്ഷണത്തിൽ ക്ഷുഭിതയാവുന്ന സ്ത്രീക്കു പകരം തങ്ങളെ
വിളിക്കാത്തതിൽ അവർ സന്തോഷിച്ചു. വിളിക്കുകയാണെങ്കിൽ എന്ത്
പറയണമെന്ന് അവർ മനസില് കരുതുകയും ചെയ്തു.

പത്തുമിനിട്ടിനുശേഷം അവൾ തിരികെയെത്തി. അവൾക്ക് ശ്വാസം
കിട്ടാതായി. ശ്വാസതടസ്സം മൂലം അവളുടെ മുഖം ചുവന്നു. അവൾ ആകെ
തളർന്ന് വിവശയായിരുന്നു. അവൾ മെല്ലെ പറഞ്ഞു: "ഓ, റാസ്ക്കൽ,
റാസ്കൽ"

എന്തു സംഭവിച്ചുവെന്ന് അറിയുവാൻ എല്ലാവരും അവളുടെ ചുറ്റു
കൂടി. എന്താണ് സംഭവിച്ചതെന്ന് ചോദിച്ചു. പക്ഷേ അവൾ ഒന്നും പറ
ഞ്ഞില്ല. പ്രഭു നിർബന്ധിച്ചപ്പോൾ, അവൾ വലിയ അന്തസ്സോടെ പറ
ഞ്ഞു. "ഇല്ല അത് നിങ്ങളെ ബാധിക്കുന്ന കാര്യമല്ല. എനിക്കൊന്നും പറ
യുവാൻ സാധിക്കില്ല."

പിന്നീട് അവർ സൂപ്പ് കഴിച്ചുകൊണ്ട് ഒരു വലിയ പാത്രത്തിനുചുറ്റും
ഇരുന്നു. കാബേജിന്റെ നല്ല മണം വരുന്നുണ്ടായിരുന്നു. ഭക്ഷണം വളരെ
നന്നായിരുന്നു. ആപ്പിലിൽ നിന്നെടുത്ത മദ്യം വളരെ ഹൃദ്യമായിരുന്നു.
ലോയ്സിയുവും സിസ്റ്റേഴ്സും പണം ചെലവിടുന്ന കാര്യത്തിൽ കർശ
നമായി ശ്രദ്ധിച്ചിരുന്നതിനാൽ വീഞ്ഞ് ആവശ്യപ്പെട്ടു. കോർനുദെങ്

ബീറിന്ന് ഓർഡർ കൊടുത്തു. ബീർ ഗ്ലാസിൽ ഒഴിച്ച് നല്ല നിലയിൽ ആസ്വ ദിക്കുവാൻ അയാൾ വിളക്കിന് നേരെ നീട്ടി. കുടിക്കുമ്പോൾ അയാളുടെ താടിയിൽ പറ്റിയ മദ്യത്തിന്റെ നുര ആടിക്കളിക്കുന്നുണ്ടായിരുന്നു. അവ മൃദുലമായി വിറയ്ക്കുന്നതായി തോന്നി. അയാളുടെ കണ്ണുകൾ പകുതി ചിമ്മി.

മേശയുടെ അറ്റത്തിനടുത്തിരുന്നിട്ടായികുന്നു എം ഫോളൻവി ഭക്ഷണം കഴിച്ചിരുന്നത്. ആ മനുഷ്യൻ ഒരു തകർന്ന യന്ത്രത്തെപ്പോ ലെയായിരുന്നു. സംസാരിക്കാൻ കഴിയാത്തവിധം ശ്വാസതടസ്സം വിഷമി പ്പിച്ചു. പക്ഷേ, അയാളുടെ ഭാര്യ ഒരിക്കലും നിശ്ശബ്ദയായിരുന്നില്ല. പ്രഷ്യ ക്കാർ എത്തിയതിനുശേഷമുള്ള അനുഭവങ്ങൾ അവൾ പറഞ്ഞു. അവരെ അധിക്ഷേപിച്ച് സംസാരിച്ചു. അവർ പണം തരാനുണ്ടായിരുന്നു.

വളരെ കോമളത്തമുള്ള കാര്യം പറയുവാൻ അവൾ തുടങ്ങുമ്പോ ഴൊക്കെ അവളുടെ ഭർത്താവ് ഇടപെട്ട് പറയും. "മാഡം, ഫോളൻവി, നിങ്ങൾ മിണ്ടാതിരിക്കുക." പക്ഷേ അവൾ അതും ശ്രദ്ധിക്കാതെ അവ ളുടെ രീതി തുടർന്നുകൊണ്ടിരുന്നു.

"അതെ, അവർ (പ്രഷ്യക്കാർ) നമ്മുടെ ഉരുളക്കിഴങ്ങും പന്നിയിറ ച്ചിയും തിന്നുക മാത്രമല്ല താണതരം വേലകളാണ് ചെയ്യുന്നത്. നിങ്ങൾ വിചാരിക്കുന്നുണ്ടാവും അവർ അവരുടെ നാട്ടിലെ കൃഷിയിടങ്ങളിൽ ജോലിചെയ്യുന്നുണ്ടാവുമെന്ന്. ഇല്ല അവരൊന്നും ചെയ്യുകയില്ല. ഈ പട്ടാ ളക്കാരെക്കൊണ്ട് ആർക്കും ഒരു ലാഭവും ഉണ്ടാവുകയില്ല. പാവപ്പെട്ടവർ അവർക്ക് ഭക്ഷണം കൊടുക്കണം. അങ്ങനെ ചെയ്താലും കൊല ചെയ്യ പ്പെട്ടെന്നും വരും. ഞാൻ വിദ്യാഭ്യാസമില്ലാത്ത ഒരു വൃദ്ധയാണ്. പക്ഷേ, മറ്റുള്ളവർക്ക് ദ്രോഹം ചെയ്യുമ്പോൾ ഞാൻ പറയും ധാരാളം ആളുകൾ ഒരു ഉപയോഗമില്ലാതെ ജീവിക്കുമ്പോൾ, മറ്റുള്ളവർ കഷ്ടപ്പെടുന്നത് സങ്ക ടകരമല്ലേ, സത്യമായും ജനങ്ങളെ കൊല്ലുകയെന്നത് ജുഗുപ്സാവഹ മായ കാര്യമല്ലേ? അവർ പ്രഷ്യക്കാരോ, ഇംഗ്ലീഷുകാരോ, പോളണ്ടു കാരോ ആരെങ്കിലുമാവട്ടെ, ഒരാൾ തന്നെ പരുക്കേൽപ്പിച്ച ആളോട് പകരം ചോദിക്കുന്നത് തെറ്റല്ലേ? നമ്മുടെ കുട്ടികളെ വെടിവെച്ചുകൊല്ലു ന്നവർ ബഹുമാന്യരായി ആദരിക്കപ്പെടുന്നു. ഏറ്റവുമധികം കൊല ചെയ്യു ന്നവരെ കൂടുതൽ ബഹുമാനിക്കുന്നു. ഇത് എന്തുകൊണ്ടെന്ന് എനിക്ക് മനസിലാവുന്നില്ല"

കോർനുദെങ്ങ് ശബ്ദമുയർത്തി പറഞ്ഞു. "സമാധാനപ്രേമിയായ അയൽവാസിയെ ആക്രമിക്കുന്ന യുദ്ധം പ്രാകൃതമാണ്. എന്നാൽ ഒരാൾ രാജ്യത്തെ രക്ഷിക്കുവാൻ വേണ്ടി ചെയ്യുന്ന കടമ പരിശുദ്ധമാണ്.

ആ വൃദ്ധ തലതാഴ്ത്തി.

"അതെ, ഒരാൾ തന്റെ രാജ്യത്തെ രക്ഷിക്കുവാൻ ചെയ്യുന്ന യുദ്ധം മറ്റൊരു കാര്യമാണ്. എന്നാൽ സ്വന്തം ആനന്ദത്തിനുവേണ്ടി യുദ്ധം ചെയ്യുന്ന എല്ലാ രാജാക്കന്മാരേയും കൊല്ലുന്നത് എന്തുകൊണ്ട് കടമ യായി എടുക്കുന്നില്ല?

കോർനുദെങ്ങിന്റെ കണ്ണുകൾ മിന്നിത്തിളങ്ങി. "ബ്രാവോ, എന്റെ നാടൻപെണ്ണേ"

എംകാരേ ലെമദോൻ ശാന്തമായി ഇടപെട്ടു. ഒരു വ്യവസായ സ്ഥാപനത്തിന്റെ ഉടമസ്ഥനെന്ന നിലയിൽ അയാൾക്ക് ആ കാര്യത്തിൽ മുൻവിധി ഉണ്ടായിരുന്നു. പക്ഷേ, ഈ കർഷക സ്ത്രീയുടെ അഭിപ്രായം ഗാഢമായി ചിന്തിക്കുവാൻ അയാളെ പ്രേരിപ്പിച്ചു. അവർ രാജ്യത്ത് കൊണ്ടുവരുന്ന സമ്പത്ത് ജനങ്ങളെ അലസരും തൽഫലമായി വികൃതികളുമാക്കുന്നു. മാത്രമല്ല, ഉൽപ്പാദനക്ഷമമല്ലാത്ത മേഖലയിൽ ഇപ്പോൾ പ്രവർത്തിക്കുന്ന പട്ടാളക്കാർ ഇവിടത്തെ വ്യവസായശാലകളിൽ നിയമിക്കപ്പെട്ടാൽ നൂറ്റാണ്ടുകൾ വേണ്ടിവരും അവ ഫലപ്രദമായി നടത്തുവാൻ.

ലോയ്സിയു അയാളുടെ ഇരിപ്പിടത്തിൽ നിന്ന് എഴുന്നേറ്റ് സത്രം നടത്തിപ്പുകാരന്റെ അടുത്ത് വളരെ മെല്ലെ സംസാരിച്ചു. അയാൾ ചിരിച്ചു; പിടിച്ചു കുലുക്കി; അലറി. അയാളുടെ ശരീരം സന്തോഷം കൊണ്ട് ഇളകി. പ്രേഷ്യക്കാർ വിട്ടുപോകുമ്പോൾ വസന്തകാലത്ത് കുടിക്കുവാൻ നൂറു പെട്ടി വീഞ്ഞ് അവിടെനിന്ന് വാങ്ങി.

ഭക്ഷണം കഴിച്ചതിനുശേഷം, ക്ഷീണം കൊണ്ട് തളർന്നിരുന്ന അവർ വിശ്രമിക്കുവാൻ പോയി.

എങ്കിലും ലോയ്സിയു ഭാര്യയെ കിടക്കയിൽ കിടത്തിയശേഷം ചുറ്റുപാടും പരിശോധിച്ചു. പിന്നെ 'ഇടനാഴിയിലെ രഹസ്യങ്ങൾ കണ്ടെത്തുവാൻ ആദ്യം കണ്ണും പിന്നെ ചെവിയും ചുമരിലെ ദ്വാരത്തോട് ചേർത്തു വച്ച് നിന്നു.

ഒരു മണിക്കൂർ കഴിഞ്ഞതിനുശേഷം തപ്പിത്തടഞ്ഞുപോകുന്ന ശബ്ദം കേട്ട് നോക്കിയപ്പോൾ കണ്ടത് മാംസളഗോളത്തെ ആയിരുന്നു. കാശ്മീർ രോമത്തുണികൊണ്ടുണ്ടാക്കിയ ലെയ്സ് പിടിപ്പിച്ച ചെറിയ വസ്ത്രം അശ്രദ്ധമായി ധരിച്ച അവൾ കൂടുതൽ മാംസളമായി കാണപ്പെട്ടു. അവളുടെ കൈയിൽ ഒരു മെഴുകുതിരി ഉണ്ടായിരുന്നു. ഇടനാഴിയിലൂടെ ഒരു വശത്തുള്ള മുറിയുടെ വാതിൽ തുറന്നു. അവൾ കുറച്ചുകഴിഞ്ഞ് മടങ്ങിവന്നപ്പോൾ കോർനുദെങ്ങ് അവളെ പിന്തുടർന്നു. മാംസള ഗോളം അവളുടെ മുറിയുടെ പ്രവേശന കവാടം ശക്തമായി പിടിച്ചു നിൽക്കുകയായിരുന്നു. നിർഭാഗ്യവശാൽ ലേയ്സിയുവിന് ഒന്നും കേൾക്കാൻ കഴിഞ്ഞില്ല. പക്ഷേ, ഒടുവിൽ സംസാരം കൂടുതൽ ഉറക്കെ ആയപ്പോൾ കുറച്ചുവാക്കുകൾ കേട്ടു. കോർനുദെങ്ങ് ചൊടിച്ചുകൊണ്ട് നിർബന്ധിക്കുകയായിരുന്നു.

"വരൂ, പാവം പെണ്ണേ, എന്താ കുഴപ്പം" മറുപടി പറയുമ്പോൾ അവളുടെ സ്വരം അമർഷമുള്ളതായിരുന്നു. "ഇല്ല, പ്രിയപ്പെട്ടവനേ, അത്തരം സംഗതികൾ അപ്രസക്തമാവുന്ന നിമിഷങ്ങളുണ്ട്. ഇവിടെ അത് ലജ്ജാകരമാണ്."

അയാൾക്ക് അവൾ പറയുന്നത് മനസിലാവാത്തതുകൊണ്ട് "എന്തുകൊണ്ട്?" എന്ന് അന്വേഷിച്ചു. അപ്പോൾ അവൾ ശബ്ദമുയർത്തി പറഞ്ഞു.

"എന്തുകൊണ്ടെന്നോ? എന്തുകൊണ്ടാണെന്ന് നിങ്ങൾക്ക് മനസി
ലാവുന്നില്ലേ? ഇവിടെ ഒരുപക്ഷേ അടുത്തമുറിയിൽ തന്നെ പ്രഷ്യക്കാരെ
കാണാൻ കഴിയും"

അയാൾ ഒന്നും മിണ്ടിയില്ല. ആ വേശ്യയുടെ ദേശാഭിമാനപരമായ
ഉൾക്കണ്ഠ നിമിത്തം ശത്രുവിന്റെ അടുത്തുചെന്ന് സഹിക്കുവാൻ തയാ
റില്ലാത്ത അവളുടെ പെരുമാറ്റം അയാളുടെ ഹൃദയത്തിൽ അന്തർലീന
മായ അന്തസ്സ് ഉണർത്തി. അവളെ ലഘുവായി ചുംബിച്ച്, അയാൾ തന്റെ
മുറിയുടെ വാതിൽക്കൽ ഒരു ചാട്ടത്തിന് എത്തി.

ലോയ്സിയു വികാരധീനനായി. അയാൾ ആ പ്രവേശനകവാടം വിട്ട്
മുറിയിൽ കടന്ന് പൈജാമ ധരിച്ചു. അയാളുടെ സുന്ദരിയായ ഭാര്യയെ
ചുംബിച്ചുണർത്തി പറഞ്ഞു. "പൊന്നേ, നീ എന്നെ സ്നേഹിക്കുന്നില്ലേ?"

ആ വീട് മുഴുവൻ നിശ്ശബ്ദമായിരുന്നു. അപ്പോൾ എവിടെ നിന്നോ,
കീഴറകളിൽ നിന്നോ, ഒരുപക്ഷേ മേലറകളിൽ നിന്നുമാവാം, ശക്തമായ
കൂർക്കം വലി, മടുപ്പ് തോന്നിക്കും വിധം വലിയ ചായപാത്രത്തിൽ
നിന്നുള്ള ശബ്ദംപോലെ കേൾക്കാമായിരുന്നു.

അടുത്ത പ്രഭാതത്തിൽ എട്ടുമണിക്ക് പുറപ്പെടാമെന്ന് തീരുമാ
നിച്ചതുകൊണ്ട് അവരെല്ലാം അടുക്കളയിൽ ഒന്നിച്ചുകൂടി. അവൻ വന്ന
വണ്ടിയുടെ മേൽഭാഗം മുഴുവൻ ഹിമകട്ടകൾ കൊണ്ട് മൂടപ്പെട്ടിരുന്നു.
സത്രത്തിന്റെ മുറ്റത്ത് അനക്കമില്ലാതെ നിന്ന കുതിരകളുടെ നടത്തിപ്പു
കാരൻ അവിടെ ഉണ്ടായിരുന്നില്ല. അവർ അയാളെ കുതിരാലയത്തിലും
വൈക്കോൽ സൂക്ഷിച്ച സ്ഥലത്തും വണ്ടിപ്പുരയിലും അന്വേഷിച്ചു. കാണാ
ത്തതുകൊണ്ട് നഗരത്തിൽ പോകുവാൻ തീർച്ചയാക്കി. അങ്ങനെ അവർ
ഒരു വശത്ത് പള്ളിയും മറുവശത്ത് ചെറിയ ചെറിയ വീടുകളുമുള്ള ഒരു
ചതുരസ്ഥലത്തെത്തി. അവർ അവിടെ കുറച്ചു പ്രഷ്യൻ പട്ടാളക്കാരെ
കണ്ടു. അവർ കണ്ട ആദ്യത്തെ ആൾ ഉരുളക്കിഴങ്ങിന്റെ തൊലികളയു
കയായിരുന്നു. കുറച്ചകലെ രണ്ടാമത്തെ ആൾ തലമുടി അലങ്കരിക്കുന
പീടിക വൃത്തിയാക്കുകയായിരുന്നു. താടി നീട്ടിയ വേറൊരാൾ വികൃതി
യായ കുട്ടിയെ നോക്കുകയായിരുന്നു. അയാൾ അതിനെ തൊട്ടിലിലിട്ട്
ആട്ടുകയും ലാളിക്കുകയും ചെയ്തു. കുറേ കർഷക സ്ത്രീകൾ, അവ
രുടെ ഭർത്താക്കന്മാർ പട്ടാളത്തിലായിരുന്നതുകൊണ്ട്, തങ്ങൾക്കു എന്തു
ജോലിയാണ് ചെയ്തുകിട്ടേണ്ടതെന്ന് ആംഗ്യം കാണിച്ചു. വിറക് കീറു
ക, സൂപ്പ് തിളപ്പിക്കുക, കാപ്പി പൊടിക്കുക എന്നിങ്ങനെയുള്ള ജോലിക
ളായിരുന്നു ചെയ്യേണ്ടിയിരുന്നത്. ഒരാൾ പ്രായമായ ഒരു വീട്ടുകാരിയുടെ
തുണി കഴുകിക്കൊടുക്കുകപോലും ചെയ്തു.

പ്രഭു അത്ഭുതപ്പെട്ടു. പള്ളിയിലെ ചെറിയ ഉദ്യോഗസ്ഥൻ താമസ
സ്ഥലത്തുനിന്ന് പുറത്ത് വന്നപ്പോൾ അവരെപ്പറ്റി ചോദിച്ചു. അയാൾ മറു
പടി പറഞ്ഞു.

"ഓ, ഈ ആളുകളൊന്നും ക്രൂരന്മാരല്ല, നാം കേട്ടിരുന്ന പ്രഷ്യക്കാ
രായ ഇവർ വിദൂരസ്ഥലത്തുനിന്നാണ് വരുന്നത്. എവിടെ നിന്നാണെന്ന്

എനിക്ക് അറിയില്ല. ഈ യുദ്ധം അവർക്ക് ഇഷ്ടമുണ്ടായിട്ടല്ലെന്ന് ഞാൻ പറയും. അവർ അവരുടെ വീടിനെ ഓർത്ത് കരയുന്നവരാണ് നമ്മെ പ്പോലെ അവരും വേദനിക്കുന്നു. ഇപ്പോൾ ഇവിടെ കാര്യമായ സന്തോ ഷക്കുറവൊന്നും ഇല്ല. ഈ പട്ടാളക്കാർ യാതൊരു ദ്രോഹവും ചെയ്യുന്നി ല്ല. അവരുടെ വീട്ടിലെന്നപോലെ ഇവിടേയും ജോലി ചെയ്യുന്നു. പാവപ്പെട്ടവർക്ക് ഇത്തരം സഹായം കിട്ടേണ്ടത് ആവശ്യമാണ്.

എം കോർനുദെങ്ിന്, കീഴടക്കിയവരും കീഴടങ്ങപ്പെട്ടവരും തമ്മി ലുള്ള ബന്ധം ഇഷ്ടപ്പെട്ടിരുന്നില്ല. ലോയ്സിയുവിന് ഈ കാര്യത്തെപ്പറ്റി തമാശ പറയാനുണ്ടായിരുന്നു. "ഇവർ ഈ നാട്ടിൽ ആളുകളെകൊണ്ട് നിറയ്ക്കും."

എം കാരേലെമദോന് ഈ അവസരം ഗൗരവത്തോടെ പറയാനു ണ്ടായിരുന്നു.

"അവർ എല്ലാം മാറ്റിമറിക്കും"

ഒടുവിൽ അവർ വണ്ടിക്കാരനെ ആ ഗ്രാമത്തിലെ ഒരു കഫേയിൽ കണ്ടെത്തി. പ്രഭു അയാളെ വിളിച്ചു.

"എട്ടുമണിക്ക് പോവാൻ തയാറാവണമെന്നല്ലേ, പറഞ്ഞത്?"

"ശരി. അതിനുശേഷം, എനിക്ക് മറ്റൊരു കൽപ്പന കിട്ടി"

"ആരുടെ"

"പ്രഷ്യൻ കമാൻഡറുടേത്?"

"അതെന്തായിരുന്നു?"

"കുതിരകളെ യാത്രയ്ക്ക് ഒരുക്കേണ്ടതില്ലെന്ന്"

"എന്തുകൊണ്ട്?"

"എനിക്ക് അതിനെക്കുറിച്ചൊന്നും അറിയില്ല. പോയി ചോദിക്കുക. അവർ എന്നോട് പോകേണ്ടന്ന് പറഞ്ഞു. അത്രമാത്രം."

"അയാൾ തന്നെയാണോ കൽപ്പന തന്നത്?"

"അല്ല സാർ, അയാൾക്കുവേണ്ടി കൽപ്പന തന്നത് സത്രം നടത്തി പ്പുകാരനാണ്."

"അത് എപ്പോൾ ആയിരുന്നു?"

"കഴിഞ്ഞദിവസം വൈകുന്നേരം ഉറങ്ങുവാൻ പോകുമ്പോഴായിരു ന്നു."

വളരെയധികം അസ്വസ്ഥരായി ആ മൂന്നു പുരുഷന്മാർ മടങ്ങി. അവർ എം ഫോളൻവിയെക്കുറിച്ച് ചോദിച്ചു. പക്ഷേ, ദൃത്യൻ പറഞ്ഞത് ആസ്ത്മകാരണം അദ്ദേഹം പത്തുമണിക്കു മുമ്പായി എഴുന്നേൽക്കാറി ല്ലെന്നായിരുന്നു. അഗ്നിബാധയുണ്ടെങ്കിൽ മാത്രമല്ലാതെ മറ്റൊരു കാര ണവശാലും തന്നെ അതിനുമുമ്പ് വിളിച്ചുണർത്തരുതെന്ന് അദ്ദേഹം കർശനമായി പറഞ്ഞിരുന്നു.

അവർ ആഫീസറെ കാണാൻ ആഗ്രഹിച്ചു.

പക്ഷേ, അത് തികച്ചും അസാധ്യമായിരുന്നു. കാരണം, ജനകീയ പ്രശ്നങ്ങളെക്കുറിച്ച് ആഫീസറുമായി സംസാരിക്കുവാൻ അധികാരപ്പെ

ടുത്തിയിട്ടുള്ളത് എം ഫോളൻവിയെ മാത്രമായിരുന്നു. അതുകൊണ്ട് അവർ കാത്തുനിന്നു. സ്ത്രീകൾ അവരുടെ മുറിയിൽ പോയി നിഷ്ഫല മായ പ്രവൃത്തികളിൽ ഏർപ്പെട്ടു.

കോർനുദെങ്ങ് പുകക്കുഴലിന്റെ അടുത്ത് ഉപവിഷ്ടനായി. അവിടെ അടുപ്പിൽ നിന്ന് ചെറിയ മേശകൾ കൊണ്ടുവരാൻ അയാൾ ആവശ്യ പ്പെട്ടു. കൂടെ ഒരുപാത്രം ബീറും. പിന്നീട് പുകയിലക്കുഴൽ എടുത്തു. അതൊരു മേത്തരം കുഴൽ ആയിരുന്നു. വെള്ളക്കളിമൺകൊണ്ടുണ്ടാ ക്കിയ അത് കറുപ്പു ചായം പൂശിയതായിരുന്നു.

ലെനസിയു കാൽനീട്ടിവയ്ക്കുകയാണെന്ന നാട്യത്തിൽ സ്ഥലത്തെ ചെറുകിട വീഞ്ഞുകച്ചവടക്കാരന്റെ അടുത്തുപോയി. പ്രഭുവും വ്യാപാ രിയും രാഷ്ട്രീയകാര്യങ്ങൾ സംസാരിച്ചുകൊണ്ടിരുന്നു. അവർക്ക് ഫ്രാൻസിന്റെ ഭാവി എന്തായിരിക്കുമെന്ന് മുൻകൂട്ടി കാണാൻ കഴിഞ്ഞിരു ന്നു. ഒരാൾ ഓർലീൻസ് പ്രഭുവിന്റെ അനുയായി ആയിരുന്നു. മറ്റെയാൾ എല്ലാ ആശയും നശിച്ചു കഴിഞ്ഞാൽ അവരെ രക്ഷിക്കുവാൻ ഒരു ഗൈഡ് ക്ലീനോ ജോൺ ഓഫ് ആർക്കോ വീണ്ടും അവതരിക്കുമെന്ന് വിശ്വസിച്ചു.

പത്തുമണി അടിച്ചപ്പോൾ എം ഫോളൻവി പ്രത്യക്ഷപ്പെട്ടു. അവർ ധൃതിയിൽ ധാരാളം ചോദ്യങ്ങൾ ചോദിച്ചു. പക്ഷേ, യാതൊരുമാറ്റവുമി ല്ലാതെ അയാൾ ഈ വാക്കുകൾ ആവർത്തിക്കുക മാത്രം ചെയ്തു.

"ആഫീസർ എന്നോടു പറഞ്ഞു. മോൺസിയൂർ ഫോളവിച്ച നിങ്ങ ളത് മനസിലാക്കണം. യാത്രക്കാർക്കുവേണ്ടി കുതിരവണ്ടി നാളെ പുറ പ്പെടുകയില്ല. എന്റെ സമ്മതമില്ലാതെ യാത്ര പോകരുതെന്ന് ഞാൻ പറ ഞ്ഞിട്ടുണ്ട്. അതുതന്നെ ധാരാളമുണ്ട്."

പിന്നെ, അവരെല്ലാം ആഫീസറെ കാണുവാൻ ആഗ്രഹിച്ചു. പ്രഭു അയാളുടെ കാർഡ് കൊടുത്തു. അതിൽ കാരെ ലെമദോൻ അയാളുടെ പേരും സ്ഥാനമാനങ്ങളും എഴുതി. പ്രഷ്യൻ ആഫീസർ മറുപടി അറി യിച്ചു. പ്രഭാത ഭക്ഷണത്തിനുശേഷം അയാൾ ആ രണ്ടുമാന്യന്മാരെ കാണുന്നതാണെന്ന്, അതായത് ഒരു മണിക്ക്.

സ്ത്രീകൾ വീണ്ടും കുറച്ചെന്തോ കഴിച്ചു. ആഫീസർ മാന്യന്മാരെ കാണാൻ തയാറുണ്ടെന്ന വിവരം വന്നപ്പോൾ കാപ്പി കുടിച്ചു തീർന്നിരു ന്നു. ലോയ്സിയും അവരോടൊപ്പമുണ്ടായിരുന്നു. ലോയ്സിയും അവ രോടൊപ്പം ചേർന്നു. പക്ഷേ, അവരുടെ കൂടെ കോർനദെങ്ങിനെക്കൂടി ചേർക്കാൻ ശ്രമിക്കുമ്പോൾ അയാൾ അഭിമാനപൂർവം പറഞ്ഞു, തനിക്ക് ജർമൻകാരുമായി യാതൊരുവിധ ഇടപാടുമില്ലെന്ന്. അതിനുശേഷം അടു പ്പിനടുത്തേക്ക് പോയി. അവിടെനിന്ന് ബീറിന് ഓർഡർ കൊടുത്തു.

ആ മൂന്നുപേർ എണിപ്പടി കയറി മുകളിലേക്ക് പോയി. അവിടെ നിന്ന് അവരെ സത്രത്തിലെ ഏറ്റവും വലിയ മുറിയിലേക്ക് കൊണ്ടുപോ യി. ചാരുകസേരയിൽ ഇരുന്നുകൊണ്ട് ആഫീസർ അവരെ സ്വീകരിച്ചു. മേലങ്കയിൽ ഒരു കാൽവെച്ച് ഒരു പൈപ്പിലൂടെ പുകവലിച്ച് പുറം പകി ട്ടുള്ള വസ്ത്രം ധരിച്ച് (ഒരുപക്ഷേ, ഒരു സാധാരണക്കാരന്റെ താമസ

സ്ഥലത്തുനിന്ന് കൈവശപ്പെടുത്തിയതാവാം) അയാൾ അവരെ ഒരുതര ത്തിലും അഭിവാദ്യം ചെയ്തില്ല. അവരെയൊന്ന് നോക്കിയതുപോലുമി ല്ല. ഒരു താണ ഗ്രേഡിലുള്ള ഒരു ജീവനക്കാരൻ വിജിഗീഷു ആയപ്പോൾ ഉണ്ടായ ഗംഭീരമായ പ്രകടനം ആയിരുന്നു അത്.

ഏതാനും നിമിഷം കഴിഞ്ഞപ്പോൾ അയാൾ ചോദിച്ചു "നിങ്ങൾ എന്താണ് ആഗ്രഹിക്കുന്നത്?"

പ്രഭുവാണ് വ്യക്തമായി സംസാരിച്ചത്. "സർ, ഞങ്ങൾക്ക് തങ്ങ ളുടെ വഴിയിൽ യാത്ര തുടരണം."

"ഇല്ല"

"അത് നിഷേധിക്കുവാൻ കാരണമെന്തെന്ന് ഞാൻ ചോദിക്കട്ടെ."

"കാരണം, ഞാനത് ആഗ്രഹിക്കുന്നില്ല."

"പക്ഷേ, സാർ, ഞങ്ങൾ ബഹുമാനപൂർവം നിങ്ങളുടെ മുമ്പിൽ അവ തരിപ്പിക്കുന്നതെന്തെന്നാൽ, ജനറൽ – ഇൻ– ചീഫ് നേപ്പയിലേക്ക് പോവാൻ ഞങ്ങൾക്ക് അനുമതി തന്നിട്ടുണ്ട്."

ഈ കർക്കശമായ നിലപാട് നിങ്ങൾക്ക് എടുക്കാൻ തക്ക ഒരു കുറ്റവും ഞങ്ങൾ ചെയ്തിട്ടില്ല.

"എന്തുകൊണ്ടാണെന്ന് ഞാൻ പറയുന്നില്ല. അത്രമാത്രം. നിങ്ങൾക്ക് പോകാം."

ഉച്ചയ്ക്കുശേഷം ആകെ ശോകമൂകമായിരുന്നു. ജർമൻകാരന്റെ ചാപല്യം മനസിലാക്കുവാൻ അവർക്ക് കഴിഞ്ഞില്ല. ജർമൻകാരന്റെ തല യിൽ നിന്ന് അവരെ ബുദ്ധിമുട്ടിക്കുവാൻ അടുക്കളയിൽ ഇരുന്ന് ഈ പ്രശ്നത്തെക്കുറിച്ച് അവസാനിക്കാത്ത ചർച്ച നടത്തി. നടക്കാനിടയി ല്ലാത്ത എല്ലാ സംഗതികളും അവർ സങ്കൽപ്പിച്ചു. ഒരുപക്ഷേ, തങ്ങളെ ബന്ദികളായി പിടിച്ചുവെക്കും. ഈ ചിന്ത ഉണ്ടായപ്പോൾ അവിടെ ആകെ പരിഭ്രമം പരന്നു. ധനികരായിരുന്നു കൂടുതലും ഭയപ്പെട്ടിരുന്നത്. ഈ അവഹേളിക്കുന്ന പട്ടാളക്കാരന്റെ കൈയിലേക്ക് ചാക്കുകണക്കിൽ സ്വർണം കൊടുക്കേണ്ടിവരും. അവരുടെ ജീവൻ രക്ഷിക്കുവാൻ. സമ്പ ത്തിനെക്കുറിച്ച് തെറ്റായ കണക്കുകൾ കൊടുക്കുന്നതിനെപ്പറ്റി അവരുടെ തലച്ചോറിൽ കോലാഹലം തന്നെ ഉണ്ടായി. അങ്ങനെ വളരെ പാവ പ്പെട്ടവരെന്ന നിലയിൽ കടന്നുപോകാമെന്ന് അവർ കണക്കുകൂട്ടി. ലോയ്സിയുവിന്റെ വാച്ചിന്റെ ചെയിൻ അഴിച്ച് കീശയിൽ വെച്ചു. ഇരുട്ട് വ്യാപിക്കുമ്പോൾ അവരുടെ ആശങ്ക വർധിച്ചു. ദീപം കത്തിച്ചുവെച്ചു. രാത്രി ഭക്ഷണത്തിന് ഇനിയും രണ്ടുമണിക്കൂർ സമയമുണ്ട്. മാഡം ലോയ്സിയു മുപ്പത്തിയൊന്ന് കളിക്കാമെന്ന് അഭിപ്രായപ്പെട്ടു. ഒരു മാറ്റ ത്തിന് ആ അഭിപ്രായം അംഗീകരിച്ചു.

പ്രഭു കാർഡ് കശക്കി തുടക്കത്തിൽ തന്നെ മാംസളഗോളത്തിന് മുപ്പത്തിയൊന്ന് കിട്ടി. മനസിലെ ഭയം വിസ്മരിക്കാൻ അവർ കളിയിൽ താൽപ്പര്യം കാണിച്ചു.

അവർ തീൻമേശയുടെ അടുത്തേക്ക് പോകുമ്പോൾ എം ഫോളൻവി വീണ്ടും വന്നു. അയാൾ വിഷമിച്ച് ശ്വാസോച്ഛ്വാസം ചെയ്തു. കിരുകിരു ക്കുന്ന മാതിരി അയാൾ പറഞ്ഞു.

"മിസ്സ് എലിസബത്ത് റൗസ്സിന്റെ മനസ്സ് ഇനിയും മാറിയിട്ടില്ലേയെന്ന് അറിയിക്കുവാൻ ആഫീസർ എന്നോട് പറഞ്ഞിരിക്കയാണ്."

മാംസളഗോളം അവിടെത്തന്നെ നിന്നു. അവൾ വളരെ വിളറിയിരു ന്നു, അവൾ ആകെ ചുവന്നു. ശ്വാസം മുട്ടുന്നവിധം അവർക്ക് കോപം തോന്നി. അവൾക്കൊന്നും പറയുവാൻ കഴിഞ്ഞില്ല. ഒടുവിൽ അവൾ തുറന്നു പറഞ്ഞു."നിങ്ങൾ പോയി വൃത്തികെട്ട മൃഗവും വിഡ്ഢിയുമായ ആ ശവത്തോട് പറയുക. എന്റെ മനസ്സ് ഒരിക്കലും, ഒരിക്കലും, ഒരിക്കലും മാറുകയില്ലെന്ന്"

ആ വലിയ സത്രം സൂക്ഷിപ്പുകാരൻ പുറത്തുപോയി. മാംസ ളഗോളത്തിനു ചുറ്റും അവർ ഇരുന്നു. അയാളുടെ സന്ദർശനത്തിന്റെ പി ന്നിലുള്ള രഹസ്യത്തെപ്പറ്റി അവർ ചോദിച്ചു. അവൾക്ക് ആ ചോദ്യം ഇഷ്ട പ്പെട്ടില്ല. പക്ഷേ, പിന്നെ പ്രകോപിതയായി പറഞ്ഞു. "അയാൾക്ക് എന്ത് വേണമെന്നോ? അയാൾക്ക് വേണ്ടത് എന്തെന്ന് നിങ്ങൾ അറിയണം."

"അയാൾക്ക് എന്നോടൊപ്പം കിടക്കണം."

അവർ വാക്കുകിട്ടാതെ വിഷമിച്ചു. അവരിൽ അമർഷം വളർന്നു. കോർനുദെങ്ങ് അയാളുടെ കൈയിലെ ഗ്ലാസ് തല്ലിയുടച്ചു. അതിനുശേഷം മുഷ്ടി ചുരുട്ടി മേശമേൽ ഇടിച്ചു. വൃത്തികെട്ട പട്ടാളക്കാരനെതിരായി കോപം അണപൊട്ടി. പ്രതിരോധത്തിന് അവർ ഒന്നിച്ചു. പട്ടാളക്കാരൻ അവളോട് പറഞ്ഞ ആവശ്യം തങ്ങൾ ഓരോരുത്തരോടും കൂടിയായിരി ക്കുമെന്ന് അവർ കരുതി. വിരോധത്തോടെ പ്രഭു പ്രഖ്യാപിച്ചു."പഴയരീ തിയിലുള്ള കാടത്തമാണ് അയാൾ കാണിക്കുന്നത്." ആ രണ്ടു സിസ്റ്റേ ഴ്സും തലതാഴ്ത്തി ഇരുന്നു.

ഭക്ഷണം കഴിഞ്ഞപ്പോൾ ആദ്യത്തെ ബഹളം അവസാനിച്ചു. പുരു ഷന്മാർ പുകവലിച്ചുകൊണ്ട് ശീട്ടു കളിക്കാൻ ഇരുന്നു. കളിക്കാർ അവർ ഫോളൻവിയേയും ക്ഷണിച്ചു. കാരണം, അയാളോട് ആഫീസറുടെ എതിർപ്പിനെ നേരിടുന്നതിനെക്കുറിച്ച് ചോദിക്കുവാനുണ്ടായിരുന്നു. പക്ഷേ, അയാൾ ശീട്ടുകളെ കുറിച്ചല്ലാതെ മറ്റൊന്നിനേക്കുറിച്ചും സംസാ രിച്ചില്ല. ചോദ്യം ശ്രദ്ധിക്കാതെയും ഉത്തരം പറയാതെയും അയാൾ പറ ഞ്ഞു. "കളിക്ക്, സാർ, കളിക്ക്," അയാൾ വളരെ ശ്രദ്ധിച്ചു. കാർക്കിച്ചു തുപ്പാൻപോലും അയാൾ മറന്നു. നെഞ്ചിലെ ചില അവയവങ്ങളുടെ പ്രവർത്തനത്തിന് അങ്ങനെ ചെയ്യേണ്ടിയിരുന്നു.

ഉറങ്ങിക്കിടന്നിരുന്ന ഭാര്യ വന്ന് വിളിച്ചാൽപോലും അയാൾ പോവാൻ വിസമ്മതിച്ചു. ആ സ്ത്രീ തനിച്ച് മടങ്ങി. അവൾ സൂര്യനുദിക്കുമ്പോൾ എഴുന്നേൽക്കുന്നവളായിരുന്നു. അയാൾ ഒരു രാത്രിമുഴുവനും സുഹൃ ത്തുക്കളോടൊത്ത് ഉറങ്ങാതിരിക്കും. അയാൾ ഭാര്യയോട് പറഞ്ഞു. ക്രീം പുരട്ടിയ കോഴിയിറച്ചി തീയുടെ മീതേതന്നെ വയ്ക്കുക. എന്നിട്ട് അയാൾ

കളി തുടർന്നു. അയാളിൽ നിന്ന് യാതൊരു വിവരവും കിട്ടുകയില്ലെന്ന് മനസിലാക്കിയപ്പോൾ, ഉറങ്ങേണ്ട സമയമായെന്ന് പറഞ്ഞു.

അടുത്ത ദിവസം അവർ കാലത്തെ എഴുന്നേറ്റു; യാത്ര പോകാ മെന്ന പ്രതീക്ഷയിൽ. സത്യത്തിൽ ഇനിയൊരു ദിവസം കൂടി കഴിയു ന്നത് ഭയങ്കരമാണെന്ന് അവർക്ക് തോന്നി.

കഷ്ടം! കുതിരകൾ ലായത്തിൽ തന്നെ ആയിരുന്നു. വണ്ടിക്കാരനെ കാണാനുമുണ്ടായിരുന്നില്ല.

പ്രഭാതഭക്ഷണം ദയനീയമായിരുന്നു. മാംസളഗോളത്തോടുള്ള ശീത സമരം ശാന്തമായിട്ടുണ്ടെന്ന് തോന്നി. ആ പ്രഷ്യക്കാരൻ രാത്രി രഹസ്യ മായി ഈ പെണ്ണിനെ കണ്ടിരിക്കാമെന്നും രാവിലെ ഒരു അത്ഭുതമാവ ട്ടെയെന്ന് കരുതി രഹസ്യമായിവെച്ചിരിക്കുകയാണെന്നും ആശിച്ചു. അതിലും എളുപ്പമുള്ള വഴി എന്താണ്? ഇതിനെപ്പറ്റി എന്തെങ്കിലും അറി യുവാൻ ആർക്ക് കഴിയും? യാത്രക്കാരുടെ ദയനീയസ്ഥിതി ഓർത്താണ് അങ്ങനെ പ്രവർത്തിച്ചതെന്ന് അവൾക്കു സങ്കടവും പറയാം. അവളെ സംബന്ധിച്ചിടത്തോളം ഒരു ചെറിയ കാര്യം മാത്രം.

ഇത്തരം കാര്യങ്ങളെപ്പറ്റി ആരും ഇതുവരെ ആലോചിച്ചിട്ടില്ല.

ഉച്ചയ്ക്കുശേഷം അവരെല്ലാം ഒരുതരം മന്ദത അനുഭവിച്ച് കഷ്ട പ്പെടുകയായിരുന്നു. പ്രഭു പറഞ്ഞു: എല്ലാവർക്കും ഗ്രാമത്തിലൂടെ നട ക്കാമെന്ന്. എല്ലാവരും നന്നായി പുതച്ച് യാത്ര പുറപ്പെട്ടു. അടുപ്പിനടു ത്തുതന്നെ കഴിയാമെന്ന് ശഠിച്ച കോർനുദെങ്ങും പള്ളിയിൽ പോയ സിസ്റ്റേഴ്സും അവരുടെകൂടെ പോയില്ല.

തണുപ്പ് കൂടിക്കൊണ്ടുവന്നു. അവരുടെ മൂക്കും ചെവിയുമെല്ലാം വേദ നിച്ചു. കാൽ മരവിച്ചു പോയിരുന്നു. ഓരോ കാൽവെപ്പിലും, യാതന അനു ഭവപ്പെട്ടു. അവർ ഒരു വയലിനു സമീപമെത്തിയപ്പോൾ കൂടുതൽ ഭയങ്ക രമായി തോന്നി. അതിരില്ലാത്ത ഹിമം നിമിത്തം എല്ലാവരും വേഗം മട ങ്ങി. അവരുടെ ഹൃദയം വിഷമകരമായി സ്പന്ദിച്ചു. ആത്മാവ് മരവിച്ചു.

നാല് സ്ത്രീകൾ മുന്നിൽ നടന്നു. മൂന്ന് ആണുങ്ങൾ അവരുടെ പിന്നിൽ തൊട്ടുകൊണ്ട് നടന്നു. ലോയ്സിയു പരിതസ്ഥിതി മനസിലാക്കി ചോദിച്ചു. "ഇതുപോലുള്ള സ്ഥലത്ത് വളരെക്കാലം നിൽക്കുവാനാണോ ആ പെണ്ണ് ഉദ്ദേശിക്കുന്നത്."

എപ്പോഴും മര്യാദയോടെ പെരുമാറാറുള്ള പ്രഭു ചോദിച്ചു. "സ്ത്രീ യുടെ സ്വന്തം ഇഷ്ടപ്രകാരമല്ലാതെ ഇത്തരമൊരു ത്യാഗം അവളിൽ നിന്ന് നമുക്ക് പ്രതീക്ഷിക്കുവാൻ കഴിയുമോ? എംകാരേ ലെമദോന്റെ അഭിപ്രാ യത്തിൽ ഫ്രഞ്ചുകാർ നീച്ചെയിലൂടെ മടങ്ങിവരാൻ സാധ്യതയുണ്ട്. അങ്ങ നെയാണെങ്കിൽ ടോട്ടസ്സിൽ തീർച്ചയായും മടങ്ങിവരാൻ സാധ്യതയുണ്ട്. ടോട്ടസ്സിൽ വച്ച് തീർച്ചയായും യുദ്ധമുണ്ടാകും. ഈ അഭിപ്രായം മറ്റു രണ്ടുപേരിൽ ഉൽക്കണ്ഠയുണ്ടാക്കി.

"നമുക്ക് നടന്നുപോകാം" ലോയ്സിയു പറഞ്ഞു.

പ്രഭു തോൾ കുലുക്കി "നമ്മുടെ ഭാര്യമാരോടുകൂടി എങ്ങനെയാണ് അത് സാധിക്കുക? അങ്ങനെയാണെങ്കിൽ നമ്മെ പിന്തുടർന്നു പത്തുമി

നിട്ടുകൊണ്ട് പിടിക്കാം. പിന്നെ ഈ പട്ടാളക്കാരുടെ ദയ കാത്തു നിൽക്കുന്ന തടവുകാരാവും."

"അത് ശരിയാണ്" എല്ലാവരും നിശ്ശബ്ദരായി. സ്ത്രീകൾ അവരുടെ വസ്ത്രങ്ങളെക്കുറിച്ച് സംസാരിച്ചു. പക്ഷേ, എന്തോ സംഗതി അവരിൽ വിയോജിപ്പുണ്ടാക്കി. പെട്ടെന്ന് തെരുവിന്റെ അറ്റത്ത് ആ ആഫീസർ പ്രത്യക്ഷപ്പെട്ടു. അയാളുടെ യൂണിഫോമിട്ട നീണ്ടരൂപം. മഞ്ഞുവീണ ചക്രവാളത്തിൽ പ്രത്യേകം കാണപ്പെട്ടു. കാലുകൾ വിടർത്തിവച്ചാണ് അയാൾ നടന്നുവന്നിരിക്കുന്നത്. പട്ടാളരീതിയിലുള്ള നടത്തം.

സ്ത്രീകളെ കടന്നുപോകുമ്പോൾ അയാൾ തലകുനിച്ചു. പുരുഷ ന്മാരോട് പുച്ഛരസത്തിലാണ് പെരുമാറിയത്. തൊപ്പിയെടുത്ത് വിനയ പൂർവം അയാളുടെ അടത്തുവന്ന ലോയ്സിയുവോട് മാത്രം നന്നായി പെരുമാറി.

മാംസളഗോളത്തിന്റെ ചെവിവരെ ചുവന്നിരുന്നു. പട്ടാളക്കാരൻ ഇഷ്ട പ്പെട്ടിരുന്ന പെണ്ണിന്റെ സാന്നിധ്യത്തിൽ സഹിക്കേണ്ടി വരുന്ന അപമാന ത്തോട് ആ സ്ത്രീകൾക്ക് വിരോധമായിരുന്നു.

അവർ അദ്ദേഹത്തിന്റെ രൂപത്തെക്കുറിച്ചും വദനത്തെപ്പറ്റിയും സംസാരിച്ചു. ഇതുപോലെ ധാരാളം ആഫീസർമാരെ കണ്ടിട്ടുള്ളവളും കലാവിഷയങ്ങളിൽ അവരെ അറിഞ്ഞിട്ടുള്ളവളുമായ മാഡം കാരേ ലെമ ദോന്റെ അഭിപ്രായത്തിൽ ആ ആൾ അത്ര മോശക്കാരനല്ല. അയാൾ ഒരു ഫ്രഞ്ചുകാരനല്ലാത്തതിൽ അവൾ ദുഃഖിച്ചു. അങ്ങനെയായിരുന്നു വെങ്കിൽ വികാരോന്മാദത്താൽ അദ്ദേഹത്തിന്റെ പിന്നാലെ പോകുന്ന ധാരാളം സ്ത്രീകളുണ്ടായിരിക്കും.

ആ സത്രത്തിൽ എന്ത് ചെയ്യണമെന്ന് ആർക്കും നിശ്ചയമുണ്ടായി രുന്നില്ല. അപ്രധാനമായ കാര്യങ്ങളെക്കുറിച്ച് കടുത്ത വാക്കുകൾ വരെ അവർ തമ്മിലുണ്ടായി. അവർ ഭക്ഷണം നിശ്ശബ്ദമായി കഴിച്ചു. അതിനു ശേഷം എല്ലാവരും അവരവരുടെ മുറിയിൽ പോയി.

അടുത്തദിവസം അവൾ എഴുന്നേറ്റത് ക്ഷീണിച്ച മുഖത്തോടും തകർന്ന ഹൃദയത്തോടും ആയിരുന്നു. സ്ത്രീകൾ മാംസളഗോളത്തോട് ഒന്നും തന്നെ സംസാരിച്ചില്ല. ഒരു മണി മുഴങ്ങി. അത് ജ്ഞാനസ്നാന ത്തിനു വേണ്ടിയായിരുന്നു. ആ തടിച്ച സ്ത്രീക്ക് ഒരു കുട്ടി ഉണ്ടായിരു ന്നു. ആ തടിച്ച വെടോട്ടിലെ കർഷകരായിരുന്നു വളർത്തിയത്. ഒരു കർഷ കനായിരുന്നു അടുത്തിരുന്നത്. ഒരു കൊല്ലമോ മറ്റോ ആയിക്കാണും അവൾ ആ കുട്ടിയെ കണ്ടിട്ട്. എന്നാൽ ജ്ഞാനസ്നാനം ചെയ്യിക്കുന്ന കാര്യം അവളുടെ ഹൃദയത്തിലേക്ക് കടന്നുവന്നു. ആ ചടങ്ങിൽ ഹാജ രാകുവാനുള്ള ശക്തിയായ വികാരം അവളിലുണ്ടായി.

അവൾ പോയിക്കഴിഞ്ഞപ്പോൾ ആ സ്ത്രീകൾ അന്യോന്യം നോക്കി. അവരുടെ കസേരകൾ ഒന്നിച്ച അടുപ്പിച്ചിട്ടു. അവസാനമായി എന്തെങ്കിലും തീരുമാനം ലോയ്സിയുവിന് പെട്ടെന്ന് ഒരുപ്രചോദനം ഉണ്ടായി. മറ്റുള്ള വരെയെല്ലാം വിട്ട് മാംസളഗോളത്തെ തനിച്ചു കാണുവാൻ തീർച്ചയാക്കി.

എം ഫോളൻവിയയെ ആയിരുന്നു ഈ കാര്യം ഏൽപ്പിച്ചിരുന്നത്. പക്ഷേ, അയാൾ വേഗം മടങ്ങി. ജർമൻകാരന്റെ ഇംഗിതം അറിയാവുന്നത് അയാൾക്കായിരുന്നു. അയാൾ പറഞ്ഞത്, അയാളുടെ ആഗ്രഹം നടക്കാത്ത കാലത്തോളം എല്ലാവരേയും അവിടെത്തന്നെ പിടിച്ചുവയ്ക്കുമെന്നായിരുന്നു. പിന്നീട് മാഡം ലോയ്സിയുവിന്റെ സാധാരണ സ്വഭാവം ശക്തിയായി പുറത്തുവന്നു.

"ശരി. നാം വൃദ്ധന്മാരായി മരിക്കുന്നതുവരെ ഇവിടെ താമസിക്കുവാൻ ഉദ്ദേശിക്കുന്നില്ല. ആ ജീവിയുടെ വ്യാപാരത്തിന്റെ സ്വഭാവമനുസരിച്ച് എല്ലാവരേയും സ്വീകരിക്കേണ്ടതാണ്. ഒരാളെ സ്വീകരിക്കുവാനും മറ്റൊരാളെ തിരസ്കരിക്കുവാനും അവൾക്ക് അവകാശമൊന്നുമില്ല. എനിക്കറിയാം റൂവനിൽ വണ്ടിക്കാരനെയടക്കം എല്ലാവരേയും സ്വീകരിച്ചിട്ടുണ്ട്. അതെ, മാഡം പ്രിഫെക്ടിന്റെ വണ്ടിക്കാരനെപ്പറ്റിയാണ് ഞാൻ പറയുന്നത്. എനിക്ക് അയാളെ നന്നായറിയാം. അയാൾ വീഞ്ഞ് വാങ്ങിയിരിക്കുന്നത് ഞങ്ങളിൽ നിന്നായിരുന്നു. ഇന്ന് അതിനെക്കുറിച്ച് ചിന്തിക്കുമ്പോൾ അതുമായി ബന്ധപ്പെട്ട ഈ വൃത്തികെട്ട സ്ത്രീയെപ്പറ്റിയുള്ള പരാമർശം അത്ഭുതകരം തന്നെ. എന്നെ സംബന്ധിച്ചിടത്തോളം, ഈ ആഫീസർ നല്ലവണ്ണം പെരുമാറുന്ന ആളാണ്. അയാൾ ഭാര്യയിൽ നിന്ന് വളരെക്കാലമായി വിട്ടു കഴിയുകയായിരിക്കാം. തീർച്ചയായും, അയാൾക്ക് നമ്മൾ മൂന്നുപേരെയും തെരഞ്ഞെടുക്കാമായിരുന്നു. ഇല്ല, അയാൾ അത് ചെയ്യുകയില്ല. പൊതുസ്വത്തുകൊണ്ട് അയാൾ സംതൃപ്തനാണ്. അയാൾ വിവാഹിതരായ സ്ത്രീകളെ ബഹുമാനിക്കുന്നു. നമ്മൾ ഓർക്കണം. അയാൾ എല്ലാറ്റിന്റേയും, യജമാനനാണ്. ഞാൻ ഇഷ്ടപ്പെടുന്നു എന്നു മാത്രം അയാൾ പറഞ്ഞാൽ മതി. എങ്കിൽ പട്ടാളക്കാരെ ഉപയോഗിച്ച് ബലാൽക്കാരമായി കൊണ്ടുപോവുകയും ചെയ്യാം."

ആ രണ്ടു സ്ത്രീകൾ തണുത്തുവിറക്കുകയായിരുന്നു. സുന്ദരിയായ മാഡം കാരേ ലെമദോന്റെ കണ്ണുകൾ തിളങ്ങി. അവൾ അൽപ്പം വിളറി. അവളെ ആഫീസർ ബലാൽക്കാരമായി കൊണ്ടുപോവുന്നതിനെക്കുറിച്ച് അവൾ സങ്കൽപ്പിച്ചു.

ആണുങ്ങൾ ഒന്നിച്ചിരുന്ന് ഈ സ്ഥിതിയെക്കുറിച്ച് ചർച്ച ചെയ്തു. ലോയ്സിയു ക്ഷുഭിതനായിരുന്നു. അയാളുടെ അഭിപ്രായത്തിൽ മാംസളഗോളത്തിന്റെ കൈയും കാലും കെട്ടി, വൃത്തികെട്ട അവളെ ആഫീസറുടെ മുറിയിൽ വിടണം. പക്ഷേ, അംബാസിഡർമാരുടെ വംശപരമ്പരയിൽപ്പെട്ട പ്രഭുവിന് ഒരു നയതന്ത്രജ്ഞന്റെ ഭാവത്തിൽ മാന്യതയുടെ വക്താവാകാതെ വയ്യായിരുന്നു.

"നമുക്ക് ഈ കാര്യത്തിൽ തീരുമാനമെടുക്കാം." അയാൾ പറഞ്ഞു. പിന്നെ, അവൾ സ്വകാര്യമായി ചർച്ച ചെയ്തു.

സ്ത്രീകൾ ഒന്നുചേർന്നു. അവർ ശബ്ദം താഴ്ത്തി സംസാരിച്ചു. എല്ലാം സൗഹാർദപരമായിരുന്നു. സ്ത്രീകൾക്ക് പ്രത്യേകിച്ചും അസാധാരണ കാര്യങ്ങൾ പറയുമ്പോൾ അഭിപ്രായപ്രകടനത്തിന്റെ മാദകമായ

വർണനകളും ആകർഷകമായ സൂക്ഷ്മ ദർശനവും ഉൾക്കൊള്ളിച്ചിരു
ന്നു. അപരിചിതന് ഒന്നുംതന്നെ മനസിലാവുകയില്ലായിരുന്നു. അത്ര
ശ്രദ്ധാപൂർവമാണ് ഭാഷകൾ ഉപയോഗിച്ചിരുന്നത്. പക്ഷേ, മിതത്വത്തിന്റെ
നേരിയ അതിരുകൾ കൊണ്ടാണ് എല്ലാ സ്ത്രീകളും സംരക്ഷിക്കപ്പെടു
ന്നത്. അത് സ്ത്രീയുടെ ഉപരിതലംമാത്രമേ സ്പർശിക്കുന്നുള്ളൂ. ഒരു
അപവാദശ്രമം ഉണ്ടാവുമ്പോൾ അവ വിരിഞ്ഞുവരുന്നു. അപ്പോൾ അഗാ
ധമായ ആനന്ദമനുഭവിക്കുകയും പ്രേമത്തെ ഭോഗാസക്തമായി കാണാൻ
തുടങ്ങുകയും ചെയ്യുന്നു. എങ്ങനെയെന്നുവച്ചാൽ ഭക്ഷണത്തിന്
അത്യാർത്തിയുള്ള പാചകക്കാരൻ തന്റെ യജമാനനുവേണ്ടി ഭക്ഷണം
പാകം ചെയ്യുന്നതുപോലെ.

അവരുടെ ഇടയിൽ ഉല്ലാസം മടങ്ങിവന്നു. തമാശയായിട്ടാണ് അവ
സാനം കഥ സമാപിച്ചത്. പ്രഭുവിന് തോന്നി അയാളുടെ ഫലിതങ്ങൾക്ക്
രസം പോരെന്ന്. പിന്നെ അവരോട് ഉചിതമായി സംസാരിച്ചു. അയാളുടെ
ഭാര്യയുടെ ക്രൂരമായ അഭിപ്രായപ്രകടനം എല്ലാ മനസിനേയും സ്വാധീ
നിച്ചു. ലോയ്സിയു കൂടുതൽ ധീരമായി കഥകൾ പറഞ്ഞു. പക്ഷേ അത്
കേട്ടപ്പോൾ ആരും വിഷമിച്ചില്ല. പ്രാകൃതമായ ചിന്തയാണ് അയാളുടെ
ഭാര്യ പറഞ്ഞത്.

"അത് അവളുടെ തൊഴിലായതുകൊണ്ട് ഒരാളെ നിഷേധിക്കുവാൻ
അവൾക്കെങ്ങനെയാണ് കഴിയുക?"

അവൾ പ്രതിരോധം സംഘടിപ്പിക്കുന്നതിനെപ്പറ്റി ആലോചിച്ചു. കോട്ട
വളയുവാനായിരുന്നു പറഞ്ഞത്. ഓരോ ആളും ഓരോ വാദഗതിമു
ന്നിൽവെച്ചു. ആക്രമണം നടത്തേണ്ട പദ്ധതി തയാറാക്കിയെങ്കിലും ഒരു
കൗശലം അവർ ആലോചിച്ചു. പെട്ടെന്നൊരു ആക്രമണം നടത്തി ജീവ
നുള്ള കോട്ടയെക്കൊണ്ട് ശത്രുവിനെ അവളുടെ മുറിയിൽ സ്വീകരിക്കു
വാൻ വേണ്ടത് ചെയ്യുന്നതിനെക്കുറിച്ച് അവർ ആലോചിച്ചു.

കോർനുദെങ്ങ് എല്ലാവരിൽ നിന്നും അകന്നുനിന്നു. എല്ലാ പരിപാടി
കൾക്കും അയാളൊരു അപരിചിതനായിരുന്നു.

അവരുടെ മനസ്സ് മുഴുവൻ പരിപാടിയിൽ കേന്ദ്രീകരിച്ചിരുന്നതു
കൊണ്ട് മാംസളഗോളം കടന്നുവന്നത് അവർ അറിഞ്ഞില്ല. പ്രഭു മെല്ലെ,
'ഷ്' എന്ന് പറഞ്ഞു. അപ്പോൾ എല്ലാവരുടേയും കണ്ണുകളും അവളുടെ
നേർക്ക് തിരിഞ്ഞു. അതാ, അവളുണ്ട് അവിടെ നിൽക്കുന്നു. പെട്ടെന്നുള്ള
നിശ്ശബ്ദതയും ഒരുതരം അമ്പരപ്പും അവളോട് സംസാരിക്കുന്നതിൽ
നിന്നും അവരെ തടഞ്ഞു. പ്രഭി, സമൂഹത്തിന്റെ വഞ്ചനയെക്കുറിച്ച് മറ്റാ
രേക്കാളും അറിയുന്നതുകൊണ്ട് അന്വേഷിച്ചു.

"ആ ജ്ഞാനസ്നാനം ചെയ്യിക്കൽ രസകരമായിരുന്നുവോ?

ആ തടിച്ച സ്ത്രീ വികാരാധീനയായി. അവൾ പറഞ്ഞു. അവിടെ
കണ്ട ആളുകളുടെ മുഖത്തെക്കുറിച്ചും പള്ളിയുടെ മനോഭാവത്തേയും
സമീപനത്തേയും കുറിച്ചും അവൾ വിശദമായി പറഞ്ഞു. അവൾ കൂട്ടി
ചേർത്തു, ചിലപ്പോഴൊക്കെ പ്രാർഥിക്കുന്നതും നല്ലതാണ്.

ഭക്ഷണസമയം വരെ അവളോട് സഹതാപപൂർവം സംസാരിച്ചു. അവളെ ചൊൽപ്പടിയിലൊതുക്കുവാനും അവരുടെ ഉപദേശങ്ങളിൽ അവൾക്ക് വിശ്വാസം ഉണ്ടാക്കുവാനും വേണ്ടിയാണ് അങ്ങനെ ചെയ്തത്. മേശയ്ക്കരികിൽവെച്ച് അവ്യക്തമായ സംഭാഷണത്തിലൂടെ പ്രതിബദ്ധതയെക്കുറിച്ച് ബോധവൽക്കരിക്കുവാൻ ശ്രമിച്ചു. അവർ പഴയ ഉദാഹരണങ്ങളെക്കുറിച്ചും സംസാരിച്ചു. ജൂഡിത്തിനേയും ഹോളോഫെർണീസിനെക്കുറിച്ചും വിവരിച്ചു. ലൂക്രീസ്, സെക്സ്ടെസ്, ക്ലിയോപാട്ര എന്നിവരെപ്പറ്റിയും പറഞ്ഞു. അവരെല്ലാം പട്ടാളക്കാരന്മാർക്ക് വിധേയരായതുകൊണ്ട് അടിമകളോടുള്ള ക്രൂരത കുറച്ചുകൊണ്ടുവരാൻ സാധിച്ചു. പിന്നെ, ഭാവനാ സമ്പന്നമായ ഒരു കഥ അവരുടെ ഭാവനയിൽ ഉടലെടുത്തു. റോമിലെ സ്ത്രീകൾ കാപ്പുവായിൽ പോയി, ഹാനിബാലിനെ അവരുടെ കൈയിൽ നിദ്രകൊള്ളുവാൻ സമ്മതിച്ചകാര്യം അയാൾ മാത്രമല്ല അയാളുടെ താഴെയുള്ള പടനായകന്മാരും വിദേശങ്ങളിൽ നിന്നും പണം കൊടുത്തെടുത്ത സാധാരണ പട്ടാളക്കാരും അവരുടെ കൈകളിൽ ശയിച്ചു കാണുവാൻ അവർ താൽപ്പര്യം കാണിച്ചു. കീഴടക്കിയ പട്ടാളക്കാർ കൊണ്ടുപോയ സ്ത്രീകളെപ്പറ്റിയും യുദ്ധം ജയിക്കുവാൻ സ്ത്രീകളെ ഉപാധികളാക്കിയതിനെപ്പറ്റിയും അവർ കഥകൾ പറഞ്ഞു. ഇംഗ്ലീഷ് കുടുംബത്തിലെ ഒരു സ്ത്രീയെ പകർച്ചവ്യാധി ബാധിച്ചവളാക്കി ആ വ്യാധി ബോണാപ്പാർട്ടിന് പകരുവാൻ ഏർപ്പാട് ചെയ്തതിനെപ്പറ്റി അവർ പറഞ്ഞു. പക്ഷേ, ആ സമയം ബോണാപ്പാർട്ട് രക്ഷപ്പെട്ടത് പെട്ടെന്നുള്ള രോഗം നിമിത്തമായിരുന്നു.

ഇതെല്ലാം എല്ലാവർക്കും യോജിക്കുവാനുള്ള രീതിയിലാണ് അവർ അവതരിപ്പിച്ചത്.

ഒരു സ്ത്രീയുടെ ഏറ്റവും പ്രധാനമായ ലക്ഷ്യം അവളുടെ ആൾക്കാർക്കുവേണ്ടി ത്യാഗം സഹിക്കുകയെന്നതും പട്ടാളക്കാരന്റെ ചാപല്യങ്ങൾ അവസാനിപ്പിക്കുകയെന്നതുമാണ്.

ആ രണ്ട് സിസ്റ്റേഴ്സ് ഒന്നും കേൾക്കുന്നില്ലെന്ന് ഭാവിച്ചു. അവർ അഗാധമായ ചിന്തയിലായിരുന്നു. മാംസളഗോളമാകട്ടെ, ഒന്നും തന്നെ പറഞ്ഞില്ല.

ആ സായാഹ്നവേള മുഴുവൻ ചിന്തിക്കുവാൻ അവർക്ക് അവസരം കിട്ടി. പക്ഷേ, ആ സ്ത്രീയെ മാഡം എന്നുവിളിക്കുന്നതിനു പകരം, മെഡിമോസ്ലൊ എന്ന് വിളിച്ചു. ആ വിളി ഒരു ഡിഗ്രി താഴ്ത്തിക്കൊണ്ടുള്ളതായിരുന്നു. അവൾ അതും ഗൗരവമായി എടുത്തില്ല. കാരണം, അവളെ അപമാനിതയാക്കി കഴിഞ്ഞിരുന്നു.

രാത്രി ഭക്ഷണം കഴിച്ചതിനുശേഷം എം ഫോളൻവി തന്റെ പഴയ വാക്യവുമായി പ്രത്യക്ഷപ്പെട്ടു. പ്രഷ്യൻ ആഫീസർ എന്നോട് കൽപ്പിച്ചത് മിസ്സ് എലിസബത്ത് റൗസ്സ് അവളുടെ തീരുമാനം ഇനിയും മാറ്റിയില്ലേയെന്നാണ്.

മാംസളഗോളം മറുപടി പറഞ്ഞു: "ഇല്ല, സാർ"

പക്ഷേ, ഭക്ഷണസമയത്ത് അവരുടെ ഐക്യം തകർന്നു. ലോയ്സിയു അസുഖകരമായ ചില അഭിപ്രായങ്ങൾ പറഞ്ഞു. ഓരോ ആളും അയാളുടെ ഫലിതത്തെ എതിർത്തു. പക്ഷേ, പ്രഭി കൂടുതൽ ചിന്തയൊന്നും കൂടാതെ മതത്തിന് വല്ലതും ഈ കാര്യത്തിൽ ചെയ്യാൻ കഴിയുമോയെന്ന് അറിയാൻ ശ്രമിച്ചു. ആ സന്യാസിമാരിൽ പ്രായക്കൂടു തൽ ഉള്ളവരോട് സന്യാസിനിമാരുടെ ജീവിതത്തിലുണ്ടായിരുന്ന ശ്രേഷ്ഠ മായ സംഭവത്തെപ്പറ്റി പറയുവാൻ അപേക്ഷിച്ചു. അവരുടെ പല പ്രവൃ ത്തികളും നമ്മുടെ ദൃഷ്ടിയിൽ കുറ്റമായിത്തോന്നും. പക്ഷേ, പള്ളി അതെല്ലാം അംഗീകരിക്കുകയാണ് ചെയ്തത്. ദൈവത്തിന്റെ മഹത്വത്തി നുവേണ്ടിയും എല്ലാവരുടേയും നന്മയ്ക്കുവേണ്ടിയുമാണ് അങ്ങനെ ചെയ്തത്.

മൗനമായ ധാരണനിമിത്തമോ അഥവാ സഭാവസ്ത്രം ധരിക്കുന്ന ഏതൊരാളും മറ്റുള്ളവരേക്കാൾ ഉയർന്നു നിൽക്കുന്നുവെന്ന വിശ്വാസം കാരണമോ ആയിരിക്കാം, അതുമല്ലെങ്കിൽ തെറ്റായ നിലയിൽ കാര്യ ങ്ങൾ മനസിലാക്കിയതുകൊണ്ടോ ആവാം സിസ്റ്റേഴ്സ് നല്ല പിന്തുണ കൊടുത്തു. മനഃസാക്ഷിയുടെ കാര്യത്തെപ്പറ്റി പ്രബോധനം നടത്തുന്ന വരുടെ ഭക്ഷണമോ അവളെ സ്വാധീനിച്ചില്ല. അവളുടെ തത്വബോധം ഇരുമ്പുലക്കപോലെ സുദൃഢമായിരുന്നു. അവളുടെ അചഞ്ചലമായ വിശ്വാ സത്തിന് ഒരിക്കലും ചാഞ്ചല്യമുണ്ടായിട്ടില്ല. അബ്രഹാമിന്റെ ത്യാഗം ചെറുതായിരുന്നുവെന്ന് അവൾ കണ്ടെത്തിയിരുന്നു. കാരണം, ദൈവ ത്തിൽ നിന്ന് കൽപ്പന ലഭിച്ചാൽ കാത്തുനിൽക്കാതെ ഉടനെതന്നെ അച്ഛ നേയോ അമ്മയേയോ കൊന്നിരിക്കും. ഉദ്ദേശ്യം ശുദ്ധമാണെങ്കിൽ ദൈവം പ്രവൃത്തിയെ ശ്ലാഘിക്കുമെന്ന് അവൾക്ക് നിശ്ചയമുണ്ടായിരുന്നു. അവ ളുടെ ഉറച്ച പങ്കാളിയായി ആ പ്രഭി നിലകൊണ്ടു. ഈ അവസരത്തിൽ പ്രഭി ജെസ്യൂട്ടുകളുടെ വിശ്വാസം പറഞ്ഞു. "ആവശ്യം ലക്ഷ്യത്തെ സാധൂകരിക്കുന്നു." പിന്നെ, അവൾ ആ സിസ്റ്ററോട് ചോദിച്ചു. "സിസ്റ്റർ നിങ്ങൾ വിശ്വസിക്കുന്നില്ലേ, ലക്ഷ്യം ശുദ്ധമാണെങ്കിൽ ദൈവം എല്ലാ പ്രവൃത്തികളേയും അംഗീകരിക്കുകയും മനുഷ്യന് മാപ്പ് നൽകുകയും ചെയ്യുമെന്ന്?"

"മാഡം, അതിലാർക്കാണ് സംശയം? കുറ്റകരമായ പ്രവൃത്തി, ഏത് ചിന്തയിൽ നിന്നാണോ ഉണ്ടാവുന്നതെന്ന് നോക്കി ദൈവം അംഗീകരി ക്കുന്നു."

ദൈവത്തിന്റെ ആഗ്രഹങ്ങളെ വെളിപ്പെടുത്തിയും താക്കീതിനെപ്പറ്റി ചിന്തിക്കാതെ ദൈവത്തിന്റെ തീരുമാനങ്ങൾ മുൻകൂട്ടി മനസിലാക്കിയും അവർ സംഭാഷണം തുടർന്നു. ഇവരെല്ലാം സംരക്ഷിക്കപ്പെടുകയും, സാമർഥ്യപൂർവം പ്രത്യേകം വേർതിരിച്ചു നിർത്തുകയും ചെയ്യുന്നു. പിന്നെ സംഭാഷണരീതി അൽപ്പം മാറി. ആ കന്യാസ്ത്രീ അവരുടെ മഠ ത്തിന്റെ നിയമങ്ങളെക്കുറിച്ചും അവരുടെ സന്യാസിനിവിഭാഗത്തിന്റെ ആസ്ഥാനത്തെക്കുറിച്ചും അവരുടെ ഓമനത്തമുള്ള അയൽവാസികളെ

ക്കുറിച്ചും പ്രിയപ്പെട്ട സിസ്റ്റർ സെന്റ് നിനോഫറിനെക്കുറിച്ചും സംസാരി
ച്ചു. ഹാവ്റെയിലെ ഹോസ്പിറ്റലുകളിലേക്ക് വസൂരിബാധിതരായ നൂറു
കണക്കിന് പട്ടാളക്കാരെ ശുശ്രൂഷിക്കാൻ അവരെ വിളിച്ചിരിക്കുകയാണ്.
അവർ രോഗത്തിന്റെ വിശദാംശങ്ങൾ നൽകികൊണ്ട് ഈ കഷ്ടപ്പെട്ട
മനുഷ്യരെക്കുറിച്ച് വിവരണം നൽകി. പ്രഷ്യൻ ആഫീസറുടെ ചാപല്യം
നിമിത്തം അവരെ പിടിച്ചുവച്ചിരിക്കുകയാണ്. അതിൽ ധാരാളം ഫ്രഞ്ചു
കാർ മരിക്കുവാൻ കാരണമാവും. ഒരുപക്ഷേ, അവർക്ക് അവരെ രക്ഷി
ക്കുവാൻ കഴിഞ്ഞെന്ന് വരും. സിസ്റ്റേഴ്സ് ഈ ശുശ്രൂഷയിൽ പ്രത്യേക
വൈദഗ്ധ്യം ഉള്ളവരായിരുന്നു. അവർ ക്രിമിയ, ഇറ്റലി, ആസ്ത്രീയ എന്നീ
വിടങ്ങളിലൊക്കെ ഉണ്ടായിരുന്നു. ക്യാമ്പുകളിൽ പങ്കെടുക്കുന്ന വാദ്യ
സംഘത്തോടൊപ്പവും യുദ്ധഭൂമിയിൽ മുറിവേറ്റവരെ എടുത്തുകൊണ്ടു
പോവാനും മതപരമായ ഒരു സഹായിയായി പ്രവർത്തിക്കുന്നവളാണെന്ന്
വെളിപ്പെടുത്തി. അച്ചടക്കമില്ലാതിരുന്ന പട്ടാളക്കാരുടെ ഒരു സംഘത്തെ
ഒരു വാക്കുകൊണ്ട് സമാധാനിപ്പിക്കുവാനും സിസ്റ്റർക്ക് സാധിച്ചിരുന്നു.

ആ സിസ്റ്ററുടെ വാക്കുകൾക്ക് നല്ല ഫലമുണ്ടായി. അതിനുശേഷം
ആരും സംസാരിച്ചില്ല. വേഗത്തിൽ ഭോജനം കഴിച്ചതിനുശേഷം അവർ
അവരവരുടെ മുറിയിലേക്ക് പോയി. അടുത്ത പ്രഭാതത്തിനുമുമ്പ് താഴെ
വരേണ്ടതില്ലെന്ന തീരുമാനത്തിലായിരുന്നു അവർ അങ്ങനെ ചെയ്തത്.
ഭക്ഷണം സാമാധാനപരമായി കഴിച്ചു വിത്തുമുളച്ച് മരമായി വളർന്ന്
കായ്ക്കുന്നതുവരെ കാത്തുനിൽക്കുവാൻ അവർ തയാറല്ലായിരുന്നു. പ്രഭി
പറഞ്ഞു. ഉച്ചയ്ക്കുശേഷം നടക്കാൻ പോകാമെന്ന്. പ്രഭു ഈ അഭിപ്രായം
അംഗീകരിച്ചില്ല. അയാൾ മാംസളഗോളത്തിന് കൈ കൊടുത്ത് മറ്റുള്ള
വരോടുകൂടെയും അവളോടൊപ്പവും നടന്നു. അയാൾ അവളോട് ഒരു
പിതാവിന്റെ സ്വരത്തിൽ സംസാരിച്ചു. പക്ഷേ, എല്ലാം പുച്ഛത്തോടെ
തങ്ങൾ ജോലിയിൽ വെക്കുന്ന പെൺകുട്ടികളെ വിളിക്കുന്നതുപോലെ
'എന്റെ പ്രിയപ്പെട്ട കുട്ടി' എന്നുവിളിച്ചു. ഇങ്ങനെ ചെയ്തത്, അയാളുടെ
സാമൂഹ്യപദവിയുടെ ഉയരത്തിൽ നിന്ന്, അതായത് തർക്കമറ്റ സ്ഥാന
ത്തിൽ നിന്നുകൊണ്ടായിരുന്നു. പെട്ടെന്ന് സന്തോഷം നടിച്ച് അയാൾ
അവളോട് പറഞ്ഞു. "അപ്പോൾ നീ ഞങ്ങളെ പരാജയത്തിന്; തുടർച്ച
യായ അന്യായം നിറഞ്ഞ പെരുമാറ്റത്തിന് വിട്ടുകൊടുക്കണോ? അഥ
വാ, നിന്റെ ജീവിതത്തിൽ പലപ്പോഴും ചെയ്തിട്ടുള്ള കനിവ് കാണിച്ച്
സമ്മതിക്കാമോ?"

മാംസളഗോളം ഒന്നുംതന്നെ പറഞ്ഞില്ല. പിന്നെ അയാൾ സൗമ്യ
തയും യുക്തിപൂർവമായ മനോവികാരവും കൂടി അവളിലേക്ക് പ്രവേശി
പ്പിക്കുവാൻ ശ്രമിച്ചു. ആവശ്യമുള്ളപ്പോൾ ധീരോദാത്തതയോ അഭിനന
നമോ ആവശ്യമെങ്കിൽ മനസിണക്കമോ കാണിച്ചുകൊണ്ടുതന്നെ പ്രഭു
വിന്റെ അന്തസ്സ് നിലനിർത്തേണ്ടതെങ്ങനെയെന്ന് അയാൾക്കറിയാമായി
രുന്നു. അയാൾ അവളുടെ സേവനം അഭ്യർഥിക്കുന്നതോടൊപ്പം അവ
ളുടെ സേവനം എത്രമാത്രം വിലമതിക്കുന്നുവെന്ന് കാണിച്ച് പറഞ്ഞു.

"പ്രിയപ്പെട്ടവളേ, ഒരുപക്ഷേ, ഒരു സുന്ദരിയായ സ്ത്രീയെ പരിചയ പ്പെട്ടുവെന്നും തന്റെ നാട്ടിൽ കാണാൻ കഴിയാത്തത്ര സൗന്ദര്യധാമ മാണതെന്നും പ്രശംസ ചൊരിയുവാനും വേണ്ടിയായിരിക്കും അയാൾ നിങ്ങളെ കാണാൻ ആഗ്രഹിക്കുന്നത്"

മാംസളഗോളം മറുപടി പറഞ്ഞില്ല. മറ്റുള്ളവരോടൊപ്പം അവൾ പോയി. ആ സത്രത്തിൽ എത്തിയ ഉടനെ അവൾ മുറിയിൽ പോയി. പിന്നെ മടങ്ങിവന്നില്ല. സമാധാനമില്ലായ്മയുടെ പാരമ്യത്തിൽ എത്തിയി രുന്നു. അവർ എന്താണ് ചെയ്യേണ്ടത്? ഇങ്ങനെ പ്രതിരോധിച്ചാൽ, എന്തൊരു അന്ധാളിപ്പ് ആയിരിക്കും.

ഭക്ഷണത്തിനുള്ള മണി അടിച്ചു. അവർ വെറുതെ കാത്തുനിന്നു. എംഫോളൻവി അവസാനമായി പ്രവേശിച്ച് "മിസ്സ് റൗസൈറ്റിന് സുഖ മില്ലെന്നും ഭക്ഷണത്തിന് വരില്ലെന്നും" പറഞ്ഞു. എല്ലാവരും കാതോർത്ത് നിന്നു. പ്രഭു സത്രം സൂക്ഷിപ്പുകാരന്റെ അടുത്തുചെന്ന് താണസ്വരത്തിൽ ചോദിച്ചു.

"അയാൾ അവിടെയുണ്ടോ?"

"ഉണ്ടോ"

സൗകര്യത്തിനുവേണ്ടി അയാൾ കൂട്ടുകാരോട് ഒന്നുംതന്നെ പറഞ്ഞി ല്ല. പക്ഷേ, തലകൊണ്ട് ആംഗ്യം കാണിച്ചു. പെട്ടെന്ന് എല്ലാവരിൽ നിന്നും ആശ്വാസത്തിന്റെ നെടുവീർപ്പുയർന്നു. അവരുടെ മുഖത്ത് പ്രകാശം ദൃശ്യ മായി. ലോയ്സിയു വിളിച്ചു പറഞ്ഞു.

"പരിശുദ്ധനായ ക്രിസ്റ്റോഫർ! ഇവിടെ ഷാംപെയ്ൻ ഉണ്ടെങ്കിൽ അതിന്റെ പണം ഞാൻ കൊടുക്കാം." ഉടമ നാലു കുപ്പി കൈയിലെ ടുത്ത് വരുന്നതുകണ്ട് സങ്കടം തോന്നി.

എല്ലാവരും പെട്ടെന്ന് വാചാലരും ആവേശഭരിതരുമായി. അവരുടെ ഹൃദയങ്ങളിൽ ആനന്ദം അണപൊട്ടി. പ്രഭുവിന് മാഡം കാരേ ലെമദോൻ സുന്ദരിയാണെന്ന് തോന്നി. ആ വ്യാപാരി പ്രഭിക്ക് അഭിനന്ദനങ്ങൾ പറ ഞ്ഞു. അവരുടെ സംഭാഷണം സജീവവും ആനന്ദകരവും ആയിരുന്നു.

പെട്ടെന്ന് ലോയ്സിയു ആകാംക്ഷ നിറഞ്ഞ മുഖത്തോടു കൂടി കൈയുയർത്തി പറഞ്ഞു. "നിശ്ശബ്ദത" എല്ലാവരും നിശ്ശബ്ദരായി; അത്ഭു തസ്തബ്ധരായി; ഭയചകിതരായി. പിന്നെ അയാൾ ശ്രദ്ധിച്ചുകൊണ്ടു പറ ഞ്ഞു. ശ്...ശ് അയാളുടെ കണ്ണുകളും കൈകളും മുകൾത്തട്ടിലേക്ക് ഉയർന്നു. പിന്നെ, അയാളുടെ സ്വാഭാവിക സ്വരത്തിൽ പറഞ്ഞു. "ശരി. എല്ലാ കാര്യങ്ങളും ഭംഗിയായി പോകുന്നു."

ആദ്യം അവർക്കൊന്നും മനസിലായില്ല. പിന്നെ വേഗം ചിരിച്ചു. പതി നഞ്ച് മിനുട്ടിനുശേഷം അയാൾ ഈ പ്രഹസനം വീണ്ടും തുടർന്നു. ആ സായാഹ്നത്തിൽ ഇടയ്ക്കിടെ ആവർത്തിച്ചു കൊണ്ടിരുന്നു. ഈ കഥ യിൽപ്പെട്ട ഒരാളെ വിളിക്കുന്നതായി അയാൾ ഭാവിച്ചു. ആ വ്യാപാരി യുടെ തലയിൽ നിന്നുണ്ടായ സംഭാഷണം ദയാർഥത്തിൽ പറഞ്ഞു. ചില സമയം അയാൾ ദുഃഖാർത്തമായി അഭിനയിക്കും. എന്നിട്ട് പിറുപിറുക്കും.

"പാവം പെണ്ണ്!" പിന്നെ അയാൾ പില്ലിറുക്കിക്കൊണ്ട് കോപത്തോടെ പറയും.

"ഈ ആ പ്രഷ്യക്കാരന്റെ പോക്കിരിത്തരം" ചിലപ്പോൾ ആ കാര്യ ത്തെക്കുറിച്ച് ചിന്തിക്കുമ്പോൾ അയാൾ വിഷമസ്വരത്തിൽ പറയും: "മതി യായി, മതിയായി." എന്നിട്ട് തന്നോടുതന്നെ സംസാരിക്കുന്ന മാതിരി പറയും "അവളെ വീണ്ടും കാണാൻ കഴിഞ്ഞിരുന്നുവെങ്കിൽ . ആ വൃത്തി ക്കെട്ടവൻ അവളെ കൊല്ലാതിരുന്നുവെങ്കിൽ..." ഈ താമശകളെല്ലാം ദുഃഖ കരമാണെങ്കിലും അവരെല്ലാം ആസ്വദിച്ചു. ആരും വേദനിച്ചില്ല. കാരണം വെറുപ്പ് പരിതഃസ്ഥിതിയെ ആശ്രയിച്ചിരിക്കുന്നു. വൈകാരിക ചിന്തക ളാലാണ് അത്തരം അവസ്ഥ സൃഷ്ടിക്കപ്പെടുന്നത്.

ഭക്ഷണത്തിനുശേഷം വിളമ്പുന്ന മധുരപലഹാരങ്ങളുടെ കൂടെ നല്ല ഹൃദ്യവും മധുരവും ആയ സാധനങ്ങൾ സ്ത്രീകൾ തയ്യാറാക്കുകയു ണ്ടായി. അവരുടെ നേത്രങ്ങൾ തിളങ്ങി. അവർ നല്ലവണ്ണം മദ്യം കഴിച്ചി രുന്നു. പ്രഭുവാണെങ്കിൽ ഗാംഭീര്യം നിലനിർത്തിക്കൊണ്ട് മധുരപലഹാ രങ്ങളെ കുറിച്ച് താരതമ്യപരാമർശം നടത്തുകയുണ്ടായി.

ലോയ്സിയു പെട്ടെന്ന് എഴുന്നേറ്റു. അയാളുടെ കൈയിൽ ഒരു ഗ്ലാസ് ഷാംപെയ്ൻ ഉണ്ടായിരുന്നു. അയാൾ പറഞ്ഞു. "ഞാൻ നമ്മുടെ സ്വാത ന്ത്ര്യത്തിനുവേണ്ടിയാണ് കുടിക്കുന്നത്." എല്ലാവരും എഴുന്നേറ്റുനിന്ന് ഈ പ്രസ്താവനയോടു യോജിച്ചുകൊണ്ട് ശബ്ദമുയർത്തി. ആ രണ്ടു സിസ്റ്റേഴ്സ് വീണ്ണുപാത്രം ചുണ്ടുകൾകൊണ്ട് സ്പർശിക്കാമെന്ന് സമ്മ തിച്ചു. അവർ മുമ്പൊരിക്കലും വീഞ്ഞിന്റെ രുചി അറിഞ്ഞിരുന്നില്ല. അവ രത് സ്പർശിച്ചപ്പോൾ പറഞ്ഞു. "ലെമനേഡ് പോലെ ഇരിക്കുന്നു. അതിലും കൂടുതൽ നല്ലതാണ്."

ലോയ്സിയു പറഞ്ഞു. "നമുക്കൊരു പിയാനോ ഇല്ലാത്തത് നിർഭാ ഗ്യമായി പോയി. എങ്കിൽ നമുക്ക് നൃത്തസംഗീതം ആലപിക്കാമായിരുന്നു.

കോർനുദെങ് ഒരു വാക്കും പറഞ്ഞില്ല. യാതൊരുവിധ ഭാവപ്രകട നവും ഉണ്ടായില്ല. അയാൾ ഏതോ അഗാധചിന്തയിൽ മുഴുകിയതായി തോന്നി. ചിലപ്പോൾ ശക്തമായ ചലനങ്ങൾ ഉണ്ടാക്കിയിരുന്നു. അപ്പോൾ ആയാളുടെ വലിയ താടി ഇളകി സ്വതന്ത്രമാവാൻ ശ്രമിക്കുകയാണെന്ന് തോന്നി. ഒടുവിൽ അർധരാത്രിയായപ്പോൾ അവരെല്ലാം വേർപിരിഞ്ഞ് പോവാൻ തുടങ്ങുമ്പോൾ ആടിയാടി നടക്കുകയായിരുന്നു ലോയ്സിയു കോർനദെങ്ങിന്റെ വയറ്റിൽ തൊട്ട് വിക്കി വിക്കി പറഞ്ഞു. "നിങ്ങൾ ഇന്നു വൈകുന്നേരം തമാശയൊന്നും കാണിച്ചില്ല. ഒന്നും പറഞ്ഞതുമില്ല" അപ്പോൾ കോർനുദെങ്, മര്യാദയില്ലാത്തവണ്ണം തലയാട്ടി. ചുറ്റുപാടുമു ള്ളവരെ ജ്വലിക്കുന്ന നോക്കുനോക്കി പറഞ്ഞു: "ഞാനും നിങ്ങളും ചീത്ത യായ പെരുമാറ്റത്തിന്റെ കുറ്റം ചെയ്യുന്നവരാണ്" അയാൾ എഴുന്നേറ്റ് വാതിലിനടുത്തേക്ക് ചെന്നു. എന്നിട്ട് വീണ്ടും മടങ്ങിവന്നു. "ഞാൻ പറ യുന്നു ചീത്ത പ്രവൃത്തിയാണെന്ന്." അത് പറഞ്ഞതിനുശേഷം അയാൾ അവിടെനിന്നു പോയി.

ഇത് അവിടെ ഒരുതരം തണുത്ത പ്രതികരണമാണ് ഉണ്ടാക്കിയത്. സംഭാഷണം നടത്തിയ ലോയ്‌സിയു സ്തംഭിച്ചുപോയി. പക്ഷേ, പെട്ടെന്ന് പൂർവസ്ഥിതിയിലെത്തി. ഹൃദയംഗമമായി ചിരിച്ചുകൊണ്ട് പറഞ്ഞു. പിന്നെ അയാൾ കൂടുതലൊന്നും പറഞ്ഞില്ല. അയാൾ ഇടനാഴിയിലെ രഹസ്യങ്ങളെപ്പറ്റി പറഞ്ഞു. പിന്നെ ഉല്ലാസം വീണ്ടും കടന്നുവന്നു. സ്ത്രീകൾ ഭ്രാന്തികളെപ്പോലെ പെരുമാറി. പ്രഭുവും എം കാരേ ലെമ ദോനും ചിരിച്ചുകൊണ്ടിരിക്കെ, അതിന്റെ ശക്തിമൂലം കരച്ചിൽ കാണാ റായി. "അവർക്കത് വിശ്വസിക്കുവാൻ കഴിഞ്ഞില്ല." അതെങ്ങനെ സംഭ വിച്ചു? നിങ്ങൾക്ക് നല്ല നിശ്ചയമുണ്ടോ?"

"ഞാൻ നിങ്ങളോട് പറയുന്നു. ഞാൻ അതുകണ്ടു."

"അവളത് വിസമ്മതിച്ചു."

"കാരണം പ്രഷ്യൻ ആഫീസർ അടുത്തമുറിയിലുണ്ടായിരുന്നു."

"അസംഭവ്യം"

"ഞാൻ സത്യം ചെയ്യുന്നു"

പ്രഭു ചിരിച്ചുകൊണ്ട് തരിച്ചുപോയി. ആ വ്യാപാരി രണ്ടു കൈകൊണ്ടും വശങ്ങളിൽ പിടിച്ചു. ലോയ്‌സിയു തുടർന്നു.

"ഇപ്പോൾ നിങ്ങൾക്ക് മനസിലായില്ലേ, അയാൾ ഇന്ന് തമാശയായി ഒന്നും കാണിക്കാതിരുന്നതെന്തുകൊണ്ടാണെന്ന്."

അവൾ വേർപിരിഞ്ഞു. പക്ഷേ, ലോയ്‌സിയു പക കാണിച്ചിരുന്നു. അവളുടെ ഭർത്താവിനോടു കൂടി മെത്തയിൽ ശയിക്കുമ്പോൾ പറഞ്ഞു. ആ ചെറിയ കാരേലെമദോന്റെ 'നിശാശലഭം' അസൂയക്കാരിയാണ്. അവൾ തുടർന്നു. "ചില സ്ത്രീകൾക്ക് ഫ്രഞ്ചുകാരുടേതായാലും പ്രഷ്യ ക്കാരുടേതായാലും യൂണിഫോറം ഒരു പോലെയാണ്. എന്തൊരു ദയ നീയത."

ആ രാത്രി മുഴുവൻ, ഇടനാഴിയിലെ അന്ധകാരത്തിൽ പിറുപിറുക്ക ലുകളും നഗ്നപാദരായി നടക്കുന്ന ശബ്ദങ്ങളും തിരിച്ചറിയുവാൻ കഴി യാത്തവരുടെ സ്വരങ്ങളും കേൾക്കാമായിരുന്നു. വളരെ വൈകുന്നതു വരെ അവരാരും ഉറങ്ങാൻ പോയില്ല. കാരണം, വാതിലിന്റെ ചുവട്ടിൽ ദീപമാലകൾ പ്രകാശിക്കുന്നുണ്ടായിരുന്നു. ഷാംപെയ്‌നിന്റെ ഫലം പ്രക ടമായിരുന്നു. നിദ്രാഭംഗം ഉണ്ടാക്കിയെന്ന് അവർ പറഞ്ഞു.

അടുത്ത ദിവസം തെളിഞ്ഞ ശീതകലസൂര്യൻ ഹിമക്കട്ടകളെ പ്രകാ ശമാനമാക്കി. പ്രയത്‌നം സഫലമായി. റോസ് നിറത്തിലുള്ള കണ്ണുകളും മധ്യത്തിൽ കറുത്ത പൊട്ടോടുകൂടിയ നിറഞ്ഞ തൂവലുകളുമുള്ള വെളുത്ത പക്ഷികൾ ആറുകുതിരകളുടെ കാലുകൾക്കിടയിലൂടെ കുതി രകളുടെ വിസർജ്യങ്ങളിൽ കൊത്തിപ്പെറുക്കി നടന്നു.

ആട്ടിൻതോലിന്റെ വസ്ത്രം ധരിച്ച വണ്ടിക്കാരൻ പുകവലിക്കുന്ന പൈപ്പ് ഇരിപ്പിടത്തിന്റെ ചുവട്ടിൽ വച്ചു. സന്തോഷം കൊണ്ട് പ്രകാശിത മായ യാത്രക്കാർ, യാത്രയുടെ ബാക്കി ഭാഗത്തേക്ക് ആവശ്യമായ സാധ നങ്ങൾ വേഗത്തിൽ കെട്ടിവയ്ക്കുകയായിരുന്നു. അവരെല്ലാം മാംസള

ഗോളത്തെ കാത്തുനിൽക്കുകയായിരുന്നു. ഒടുവിൽ അവൾ പ്രത്യക്ഷ പ്പെട്ടു.

അവൾക്ക് അൽപ്പം വിഷമമുണ്ടെന്ന് തോന്നി. ലജ്ജയോടെയാണ് അവൾ കാണപ്പെട്ടത്. ശങ്കയോടെ അവളുടെ സഹയാത്രികരുടെ അടു ത്തെത്തിയപ്പോൾ അവളെ മുമ്പ് കണ്ടിട്ടില്ലെന്ന മാതിരി ഒന്നിച്ച് തിരി ഞ്ഞുനോക്കി. പ്രഭുവാകട്ടെ, അന്തസ്സോടു കൂടി ഭാര്യയുടെ കൈ പിടിച്ച് ഈ അവിശുദ്ധബന്ധത്തിൽ നിന്ന് മാറ്റിനിർത്തി.

ആ തടിച്ച സ്ത്രീ ഏകദേശം ബുദ്ധിമാന്ദ്യം സംഭവിച്ചതുപോലെ നിന്നു. പിന്നെ ധൈര്യമവലംബിച്ച് വ്യാപാരിയുടെ ഭാര്യയെ സമീപിച്ച് പറഞ്ഞു. "സുപ്രഭാതം, മാഡം." വിനയപൂർവമാണ് മെല്ലെ പറഞ്ഞത്. ആ സ്ത്രീ, തല അൽപ്പം കുനിച്ചു. പിന്നെ, ക്ഷോഭജനകമായ സ്വഭാവ ഗുണത്തോടെ നോക്കി. എല്ലാവരും തിരക്കിലായിരുന്നു. ചിലർ അവളിൽ നിന്നു മാറിനിൽക്കുവാൻ ശ്രമിച്ചു. അവൾക്ക് വല്ല പകർച്ചവ്യാധിയും പിടിപെട്ടിട്ടുണ്ടെന്ന മാതിരി അവളിൽ നിന്നും അകന്നു. പിന്നീട് അവൾ ധൃതിയിൽ വണ്ടിയിൽ കയറി. അവസാനമാണ് അവൾ തനിച്ച് വന്നത്. യാത്രയുടെ ആദ്യഘട്ടത്തിൽ ഇരുന്ന സീറ്റിൽ തന്നെ ഇരുന്നു.

അവളെ കാണാനോ അറിയുവാനോ അവർ ഇഷ്ടപ്പെടുന്നില്ലെന്ന് തോന്നി. മാഡം ലോയ്സിയു അകലെ നിന്നുകൊണ്ട് ഭർത്താവിനോട് പറഞ്ഞു. "ഭാഗ്യം എനിക്ക് അവളുടെ അടുത്ത് ഇരിക്കേണ്ടി വന്നില്ല.

ആ കനത്ത വണ്ടി നീങ്ങാൻ തുടങ്ങി. യാത്രയുടെ ബാക്കിഭാഗം തുടങ്ങി. ആരുംതന്നെ ആദ്യം സംസാരിച്ചില്ല. മാംസളഗോളം കണ്ണുകളു യർത്താൻ ധൈര്യപ്പെട്ടില്ല. അവൾക്ക് സമീപസ്ഥരായ ആളുകളോട് വിരോധം തോന്നി. പ്രഭുക്കാരന്റെ ആത്മാർഥതയില്ലാത്ത ചുംബനങ്ങ ളിലും അയാളുടെ കൈകളിലേക്ക് കപടനാട്യത്തോടെ എറിയപ്പെട്ടതിലും അവൾ പീഡിക്കപ്പെട്ടതായി അനുഭവപ്പെട്ടു.

പിന്നെ, പ്രഭി മാഡം കാരേലെമദോങ്ങിന്റെ നേരെ തിരിഞ്ഞ് നിശ്ശ ബ്ദത ഭഞ്ജിച്ചു.

"മാഡം, എറ്റിലാസ്സിനെ നിങ്ങൾക്ക് അറിയാമെന്ന് വിശ്വസിക്കുന്നു ന്നു."

"ഉവ്വ്. അവൾ എന്റെ സ്നേഹിതകളിൽ ഒരാളാണ്."

"എന്തൊരു സുന്ദരിയാണ്!"

"സുന്ദരം. നല്ല സ്വഭാവവും. വിദ്യാസമ്പന്നയും ആണ്."

വ്യാപാരി പ്രഭുവുമായി സംസാരിച്ചു. ഗ്ലാസുകൾ പരസ്പരം മുട്ടി ക്കുന്നതിനിടയിൽ ചിലവാക്കുകൾ കേൾക്കാമായിരുന്നു. കൂപ്പൺ– പ്രീമി യം– അതിർത്തി– കാലാവധി എന്നിങ്ങനെ.

ആ നല്ല സിസ്റ്റേഴ്സ് അവരുടെ അരപ്പട്ടയിൽ നിന്ന് കുരിശ്ശിന്റെ അട യാളത്തോടുകൂടിയ ഒരു ജപമാലയെടുത്ത് മെല്ലെ ജപിക്കുവാൻ തുട ങ്ങി. ഇടയ്ക്ക് അവർ ആ കുരിശ്ശിന്റെ രൂപമുള്ള മെഡൽ എടുത്ത് ചുംബിച്ചു.

വ്യാപാരിയുടെ ഭാര്യ ഒരു പൊതിയിൽ നിന്ന് തണുത്ത ഗോമാംസ മെടുത്ത് നേരിയ കഷ്ണങ്ങളായി മുറിച്ച് രണ്ടുപേരും തിന്നാൻ തുടങ്ങി.

"നമുക്കും അതുപോലെ ചെയ്യാം." പ്രഭു പറഞ്ഞു.

അവർ അതിനോട് യോജിച്ചു. അവർ രണ്ടുപേർക്കും വേണ്ടി തയ്യാ റാക്കിയ സാധനം എടുത്തു. ചൈനീസ് മുയൽ മുകളിൽവെച്ച പോത്തി റച്ചിയായിരുന്നു അത്. ഒരു ചതുരാകൃതിയിലുള്ള പാൽക്കട്ടിയും കൂടി ഉണ്ടായിരുന്നു.

രണ്ടു സിസ്റ്റേഴ്സ് വെള്ളുള്ളിയുടെ മണമുള്ള പഴച്ചാർ ചുരുൾ എടുത്ത് നിവർത്തി തിന്നാൻ തുടങ്ങി. കോർദെങ്, അയാളുടെ മേൽക്കു പ്പായത്തിന്റെ വലിയ കീശയിൽ കൈയിട്ട് നാലുമുട്ടയും ഒരു കഷ്ണം അപ്പവും എടുത്തു. മുട്ടയുടെ മഞ്ഞക്കഷ്ണങ്ങൾ അയാളുടെ വലിയ താടിയിൽ തട്ടിയപ്പോൾ നക്ഷത്രങ്ങൾ മേഘങ്ങൾക്കിടയിൽ കുടുങ്ങിക്കി ടക്കുകയാണെന്ന് തോന്നി.

മാംസളഗോളം അവളുടെ ധൃതിയിലുള്ള പുറപ്പാടിൽ ഒന്നുംതന്നെ ആലോചിച്ചിരുന്നില്ല. പ്രകോപിതയായ കോപത്താൽ ശ്വാസം മുട്ടിയ നില യിൽ ഉള്ള അവൾ ശാന്തമായി മറ്റുള്ളവർ ഭക്ഷണം കഴിക്കുന്നത് നോക്കി നിന്നു. ശക്തിയായ കോപം അവൾക്കുണ്ടായി. അവൾ അവരോട് കോപ ത്തോടെ പറഞ്ഞു. അവൾക്ക് അധികമൊന്നും സംസാരിക്കുവാൻ കഴി ഞ്ഞില്ല. കാരണം, അവളുടെ ചുണ്ടുകളിൽ ധാരാളം മുറിവുകൾ ഉണ്ടാ യിരുന്നു. അവളിൽ പ്രകോപനം സംജാതമായി. അത് അവളെ കഴുത്തു ഞെരിച്ച് കൊല്ലുന്നതായി തോന്നി.

ആരും അവളുടെ നേരെ നോക്കുകയോ അവളെക്കുറിച്ച് ചിന്തിക്കു കയോ ചെയ്തില്ല. അവൾ സത്യത്തിൽ ആ നീചന്മാരുടെ ശകാരത്തിൽ മുങ്ങിത്താഴുന്നതായി തോന്നി. അവർ അവളെ ആദ്യം ആത്മാഹുതി ചെയ്തു. പിന്നെ ഇപ്പോൾ നിഷേധിക്കുകയും ചെയ്തു. അത്യാർത്തി യോടെ വിഴുങ്ങിയ സാധനങ്ങൾ ഉണ്ടായിരുന്ന അവളുടെ കുട്ടയും, ജെല്ലി കൊണ്ട് മിന്നിത്തിളങ്ങിയിരുന്ന രണ്ടു കോഴിക്കുഞ്ഞുങ്ങളും നാലുകുപ്പി വീഞ്ഞും എല്ലാം അവൾ ഓർത്തു. ശക്തിയായി രണ്ടുവശവും വലിച്ചുമു റുകുന്ന ഒരു ചരട് പൊട്ടുന്നതുപോലെ അവളും തകർന്ന് കരയുമെന്ന നിലയിലെത്തി. കരയാതിരിക്കാൻ അവൾ കഠിനമായി ശ്രമിച്ചു. പക്ഷേ, കണ്ണുനീർ അടർന്നുവീണ് പാറകളിൽ തട്ടി മെല്ലെ നീങ്ങുന്നതുപോലെ ക്രമത്തിൽ ഒഴുകിവന്ന് അവളുടെ മാറിടത്തിൽ വീണു. അവൾ നേരെ ഇരുന്നു. കണ്ണുകൾ ഉറപ്പിച്ചു നോക്കി. അവളുടെ മുഖം ഉറച്ചതും മങ്ങി യതും ആയിരുന്നു. ആരും അവളെ ശ്രദ്ധിക്കുന്നില്ലെന്ന് തോന്നി.

പക്ഷേ, പ്രഭി അവളെ കണ്ടു. അവൾ ഭർത്താവിനോട് ആംഗ്യം കാണിച്ചു. അയാൾ ചുമലുകൾ കുലുക്കി. അവൾ പറഞ്ഞു.

"ഞാൻ എന്താണ് നിനക്ക് ചെയ്യേണ്ടത്? അതെന്റെ കുറ്റമായിരുന്നില്ല."

മാഡം ലോയ്സിയു വിജയിച്ചെന്ന ഭാവത്തിൽ മൗനമായി ചിരിച്ച് മെല്ലെ പറഞ്ഞു.

"അവൾ ലജ്ജകൊണ്ട് കരയുന്നു."

രണ്ട് സിസ്റ്റേഴ്സ് വീണ്ടും പ്രാർഥിക്കുവാൻ തുടങ്ങി. അവർ ബാക്കി ഭക്ഷണം പൊതിഞ്ഞുവെച്ചു.

കഴിച്ച മുട്ടകൾ ദഹിച്ചുകൊണ്ടിരിക്കെ, കോർനുദെങ്ങ് എതിർവശ ത്തുള്ള ഇരിപ്പടത്തിലേക്ക് കാലുകൾ നീട്ടി. അയാൾ മുഷ്ടി ചുരുട്ടി പ്രഹ സനം കാണുന്നതുപോലെ 'മാർവിലെയ്സ്' പാടാൻ തുടങ്ങി.

എല്ലാ മുഖങ്ങളും കറുത്തു. വളരെ പ്രചാരമുള്ള പാട്ട് അടുത്തുള്ള വരെ സന്തോഷിപ്പിച്ചില്ല. അവർ വികാരവിക്ഷുബ്ധതരും കോപാകുലരും ആയി. അപരിചിതമായ കാര്യങ്ങൾ കാണുമ്പോൾ നായ്ക്കൾ കുരയ്ക്കു ന്നതുപോലെയാണ് അവർക്ക് തോന്നിയത്. പക്ഷേ, അയാളത് നിർത്തി യില്ല. ചിലപ്പോൾ അയാൾ മെല്ലെ പാടും.

രാജ്യത്തോടുള്ള നിർമലസ്നേഹം

സഹായിക്കുക, പ്രതികാരം ചെയ്യുന്ന

കരങ്ങളെ താങ്ങിനിർത്തുക,

സ്വാതന്ത്ര്യം, മധുരിക്കുന്ന സ്വാതന്ത്ര്യം

എന്നും സമരം ചെയ്യുക, ആപൽ സൂചന ഇല്ലാതെ.

അവർ വേഗം യാത്ര ചെയ്തു. മഞ്ഞ് കൂടുതൽ കഠിനമായിരുന്നു. നീപ്പെയിൽ എത്തുന്നതുവരെ യാത്രയുടെ നീണ്ട മണിക്കൂറുകളിൽ നിര ത്തിലെ എല്ലാ തടസങ്ങളും തരണം ചെയ്ത് രാത്രിയുടെ കനത്ത ഇരു ട്ടിലൂടെ, വണ്ടിയിലെ ശക്തമായ ഇരുട്ടിൽ അയാൾ പ്രതികാരം നിറഞ്ഞ മടുപ്പിക്കുന്ന ഗാനം പാടിക്കൊണ്ടിരുന്നു. അയാൾ ആ വരികൾ ഒന്നിച്ചു പാടാൻ അടുത്തുള്ളവരെ പ്രേരിപ്പിച്ചുകൊണ്ടിരുന്നു.

മാംസ ഗോളം തുടർച്ചയായി കരയുകയായിരുന്നു. ചിലപ്പോൾ തേങ്ങൽ അടക്കിവയ്ക്കാൻ അവൾക്ക് കഴിഞ്ഞില്ല. ആ കരച്ചിൽ രണ്ടു വരിയായുള്ള യാത്രക്കാരിൽ പ്രതിധ്വനിച്ചു.